कम्युनिकेशन किंग

A Happy Thoughts Initiative

प्रभावी संवाद कसा साधाल कम्युनिकेशनच्या

उत्तम पद्धती

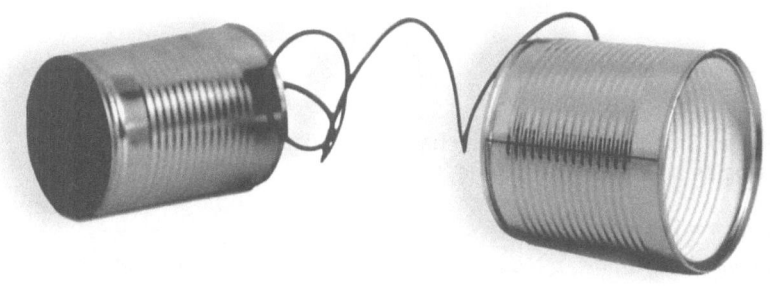

A Practical Guide to Effective Communication

प्रभावी संवाद कसा साधाल
कम्युनिकेशनच्या उत्तम पद्धती

Prabhavi Samvad Kasa Sadhal
Communicationchya Uttam Paddhati
by Tejgyan Global Foundation

प्रकाशक : वॉव पब्लिशिंग्ज् प्रा. लि., पुणे

प्रथम आवृत्ती : डिसेंबर २०१९
ISBN : 978-81-943200-6-7

© Tejgyan Global Foundation

All Rights Reserved 2019
Tejgyan Global Foundation is a charitable organization
having its headquarters in Pune, India.

सर्वाधिकार सुरक्षित

'वॉव पब्लिशिंग्ज् प्रा. लि.'द्वारे प्रकाशित हे पुस्तक अशा अटींवर विकण्यात येत आहे, की प्रकाशकाच्या लेखी पूर्वअनुमतीविना ते व्यापाराच्या दृष्टीने अथवा अन्य प्रकारे उसने, भाड्याने अथवा विकत, अन्य कोणत्याही प्रकारच्या बांधणीत अथवा अन्य मुखपृष्ठासह देता येणार नाही; तसेच अशाच प्रकारच्या अटी नंतरच्या ग्राहकावर बंधनकारक न करता आणि वर उल्लेखिलेल्या कॉपीराइटपुरत्या मर्यादित न ठेवता या पुस्तकाच्या कोणत्याही स्वरूपाच्या विनिमयास, तसेच कॉपीराइटधारक व वर उल्लेखिलेले प्रकाशक दोघांच्याही लेखी पूर्वअनुमतीविना इलेक्ट्रॉनिक, मेकॅनिकल, फोटोकॉपी, रेकॉर्डिंग इत्यादी प्रकारे या पुस्तकाचा कोणताही अंश पुनःप्रस्तुत करण्यास, जवळ बाळगण्यास अथवा सुधारित स्वरूपात प्रस्तुत करण्यास मनाई आहे.

'वार्तालाप का जादू कम्युनिकेशन के बेहतरीन तरीके' या मूळ हिंदी पुस्तकाचा मराठी अनुवाद

हे पुस्तक समर्पित आहे अशा लोकांना,
ज्यांनी सुसंवादाला एका
'कले'च्या रूपात जगासमोर
सादर करून यशाचं शिखर गाठलं.

अनुक्रमणिका

प्रस्तावना	मुखदुर्बलता दूर करून संभाषणतज्ज्ञ कसे बनाल	७
	सुसंवादाची पूर्वतयारी...	११
खंड १	**विसंवादाकडून सुसंवादाकडे**	**१३**
१	विसंवादापासून दूर कसं राहाल	१५
२	ऐकून घेण्याची क्षमता कशी वाढवावी	२२
३	योग्य शब्द कसे वापरावेत	३२
४	वाणीत माधुर्य का आणि कसं राखाल	३९
५	'आपण' आणि 'तुम्ही' या शब्दांचा योग्य उपयोग	४४
खंड २	**लोकांशी सुसंवाद कसा साधाल**	**४९**
६	प्रशंसा कशी कराल?	५१
७	लोकांच्या आत्मप्रतिमेची काळजी घेणं आवश्यक का ठरतं	५६
८	'मीच योग्य आहे' असं म्हणायला, की खुश राहायला आवडेल	६२
९	निंदक का बनू नये	६७
१०	क्रिटिगाइड कसं कराल	७२

खंड ३	कुटुंबात संवाद कसा साधाल	७९
११	कुटुंबात संवादमंच कसा बनवाल	८१
१२	नाती भिंती नव्हे, आरसा बनावीत	९०
१३	संवादात सुरक्षितता कशी राखाल	९५
१४	आत्मीयतेची भावना कशी आणि का निर्माण करावी	१०५
खंड ४	संभाषणाच्या पद्धती	१०७
१५	**पहिली पद्धत :** योग्य प्रश्न कसे आणि का विचारावेत	१०९
१६	**दुसरी पद्धत :** आदरयुक्त सरळ संवाद कसा साधावा	११३
१७	**तिसरी पद्धत :** आपल्या म्हणण्यावर ठाम कसं राहावं	११९
१८	**चौथी पद्धत :** 'नाही' कसं म्हणावं	१२९
१९	**पाचवी पद्धत :** कठीण संभाषण कसं कराल	१३५
२०	**सहावी पद्धत :** सांगता न येणारी बाब कशी सांगाल	१४१
	ईश्वराशी संभाषण : परिशिष्ट	१५१

प्रस्तावना

मुखदुर्बलता दूर करून संभाषणतज्ज्ञ कसे बनाल

एकदा एका शाळेतील विद्यार्थ्यांसाठी 'शब्देविण संवादु' ही एक आगळी-वेगळी स्पर्धा आयोजित करण्यात आली. ज्यात त्यांच्या इतरांशी समन्वय साधण्याच्या कौशल्याचा कस लागणार होता. या स्पर्धेचं नाव होतं, *कम्युनिकेशन किंग, म्हणजेच 'समन्वयाचा स्वामी!' या स्पर्धेकरिता सर्व मुलांना एकेक करून व्यासपीठावर पाठवण्यात आलं आणि त्यांच्या हातात एक कागद देण्यात आला. त्या प्रत्येक कागदावर एक असा शब्द लिहिलेला होता, जो त्या मुलांना व्यासपीठावर अभिनय करून इतरांपर्यंत पोहोचवायचा होता. पण त्या मुलाने एकही शब्द न उच्चारता केवळ मूकाभिनयाद्वारे हा शब्द व्यक्त करावा आणि इतर

---

* शब्दकोशात 'कम्युनिकेशन' या शब्दाच्या दिलेल्या अर्थानुसार- ही सूचना पाठवण्याची एक प्रक्रिया आहे, ज्यात संबंधित माहिती पाठवण्यासाठी अशा माध्यमाचा उपयोग केला जातो, जे माहिती पाठवणारा आणि प्राप्त करणारा दोघांनाही समजू शकेल. ही एक अशी प्रक्रिया आहे, जिच्याद्वारे वेगवेगळ्या प्रकारे एखादा विचार, कल्पना, वृत्त अथवा सूचना यांचं आदानप्रदान करता येऊ शकतं.

या पुस्तकात 'कम्युनिकेशन' या शब्दासाठी – समन्वय, संभाषण, संवाद, सुसंवाद, संप्रेषण अशा पर्यायी शब्दांचादेखील वापर करण्यात आला आहे.

मुलांना तो सहजपणे समजावा, त्यांना तो बिनचूक सांगता यायला हवा, ही या स्पर्धेतील महत्त्वाची मुख्य अट होती.

उदाहरणादाखल : व्यासपीठावर एक स्पर्धक विद्यार्थी ऑटोरिक्षा बनला होता, त्यामुळे तो ऑटोरिक्षाप्रमाणे इकडून तिकडे धावत होता... रिक्षा कशी चालते, याचं जणू काही तो प्रात्यक्षिकच करून दाखवत होता. दुसरा एक मुलगा विमान बनला होता, तो तसा अभिनय करत फिरत होता... कोणी पतंगासारखे हातवारे करत होतं, तर कोणी चंद्र, तारे बनून फिरत होतं...

प्रत्येक स्पर्धक प्रेक्षकांना स्वतःविषयी काही न काही तरी सांगण्याचा, काही तरी व्यक्त करण्याचा जीवापाड प्रयत्न करत होता; परंतु गमतीची गोष्ट म्हणजे समोर प्रेक्षागारात बसलेल्या मुलांना मात्र ते काही ओळखता येत नव्हतं. ती मुलं त्यांच्या हावभावांना वेगळ्याच नावाने संबोधत होती, त्यामुळे अभिनय करणाऱ्या स्पर्धक मुलांना त्यांचा रागही येत होता आणि ती निराशही होत होती.

असेच काही खेळ आपल्यालाही माहीत असतील. कदाचित बालपणी आपण ते पाहिले, अथवा खेळलेही असतील. या खेळात एक शब्दही न उच्चारता आपलं मनोगत अथवा तो गुप्त संदेश समोरच्या व्यक्तीपर्यंत केवळ आपल्या हावभावांद्वारे पोहोचवायचा असतो. मात्र समोरच्या व्यक्तीला कधी ते समजतं, तर कधी ती समजूच शकत नाही.

आता या खेळाचा समन्वयाशी काय संबंध, असा विचार कदाचित तुमच्या मनात आला असेल. पण तुम्ही जर या गोष्टीवर सखोल विचार केलात, तर तुमच्या लक्षात येईल, की समन्वय साधण्याच्या बाबतीतही आपलं असंच काहीसं होतं. खरंतर आपल्याला म्हणायचं असतं एक, ज्यात आपले शब्द आणि उच्चारही स्पष्ट असतात, पण तरीही समोरचा मनुष्य ते समजू शकत नाही. कधी कधी तर त्यातून तो भलताच अर्थ काढतो आणि गैरसमज करून घेतो. यालाच म्हणतात मिस-कम्युनिकेशन अर्थात विसंवाद. यामुळे परस्परांमध्ये, तसंच नातेसंबंधांमध्ये गैरसमज निर्माण होतात आणि ताणतणावही वाढतात.

कम्युनिकेशन म्हणजे असा सुसंवाद ज्याचा कधीही विसंवाद होत नाही. मनुष्याला जे सांगायचं आहे, ते तो नेमक्या शब्दांत आणि योग्य त्या आशयासह इतरांपर्यंत पोहोचवतो.

तसं पाहायला गेलं तर या संपूर्ण भूतलावरील प्रत्येक गोष्ट ही एकमेकांशी समन्वय

साधण्याचा काही तरी प्रयत्न करतच असते. अगदी चंद्र–सूर्यापासून ते मानव समूहापर्यंत आणि वातावरणापासून ते पशु–पक्ष्यांपर्यंत, प्रत्येकाचाच यात समावेश आहे. जसं, सूर्योदयानंतर निसर्गात तांबडं फुटू लागतं आणि ते पाहून लोकांना समजतं, 'चला, सकाळ झाली, आता आपापल्या कामाला लागूया.' खरंच! शब्दांशिवाय सर्व काही सांगण्याची किती सुंदर पद्धत आहे ना ही सृष्टीची!

मात्र, या संपूर्ण जीवसृष्टीत केवळ मनुष्य हाच असा एकमेव प्राणी आहे, ज्याला ईश्वराने संवाद साधण्याची, विचार करण्याची क्षमता प्रदान केलीय. तो आपलं म्हणणं इतरांसमोर मांडू शकतो, विचारविनिमय करू शकतो. हे वरदान त्याला मिळालेलं आहे.

समन्वय असणं हे आपल्या आयुष्यात किती महत्त्वाचं आहे, याची जर पडताळणी करायची असेल, तर आपल्या अवतीभोवतीच्या लोकांकडे पाहा. इथे कोणी न कोणी, कोणा न कोणाविषयी, काही न काहीतरी तक्रारीच करत असल्याचं आपल्याला आढळून येईल. जसं– 'अमुक एका मनुष्याला बोलायचं काही भानच नसतं, तो अगदीच फटकळ आहे...', 'शेजारच्या मावशींना सर्वजण टाळू इच्छितात, कारण त्या कधी कोणाला बोलूच देत नाहीत, सतत त्यांचीच टकळी सुरू असते...', 'आमच्या शेजाऱ्याशी बोलायला अगदी जिवावर येतं, तो कोणालाच आवडत नाही, कारण तो सतत फुशारक्या मारत असतो...' इत्यादी. खरं सांगायचं, तर आज प्रत्येकालाच एक समस्या भेडसावतेय आणि ती समस्या आहे, सुसंवादाच्या किमयेची म्हणजेच समन्वय कौशल्याची कमतरता.

हल्ली कित्येक लोक नोकरीसाठी मुलाखती देण्यास जातात, परंतु त्यांपैकी काही मोजक्याच लोकांची निवड होते. कारण बहुसंख्य लोकांना सांगायचं असतं काही वेगळंच, पण ते सांगतात काही भलतंच. अशा स्थितीत मुलाखत घेणाऱ्यांना वाटतं, 'अरे, याला तर काहीच येत नाही.' परंतु वस्तुस्थिती मात्र वेगळीच असू शकते. उमेदवारांस सर्वच गोष्टींचं सखोल ज्ञान असलं, तरी केवळ त्यांची संभाषणाची पद्धत प्रभावशाली नसल्याने ते त्या मुलाखतीत अपयशी ठरतात. त्यांना जर सुसंवादाची कला ठाऊक असती, ते कौशल्य त्यांना साधलं असतं, तर नक्कीच ते बाजी मारू शकले असते, त्यांची निवड होऊ शकली असती.

सुसंवादाचं महत्त्व आता आपल्या लक्षात आलंच असेल, यात सर्वांत महत्त्वाचे असतात ते आपले शब्द! या पुस्तकात हाच विषय प्रामुख्याने हाताळण्यात आला आहे.

पुराणकाळापासून एक म्हण प्रचलित आहे, 'मनुष्याची जीभ ही अशी गोष्ट आहे, जी शत्रूलाही मित्र बनवू शकते आणि मित्रालाही शत्रू.' म्हणून आपणही प्रस्तुत पुस्तकाद्वारे आपल्या जिभेला, म्हणजेच आपल्या वाणीला आपला मित्र बनवण्यास शिकूया. याचबरोबर सुसंवादाची किमया आणि समन्वय साधण्याच्या उत्तमोत्तम पद्धती शिकून, 'समन्वयाचा स्वामी' बनण्याच्या प्रक्रियेस प्रारंभ करूया...!

... हॅपी थॉट्स

सुसंवादाची पूर्वतयारी...

संभाषणकौशल्य याचा अर्थ सातत्याने बडबड करणं किंवा बढाया मारणं असा नव्हे; तर कोणती गोष्ट, कोणत्या पद्धतीने, कधी, कुठे आणि किती बोलायची, कधी समोरच्याचं म्हणणं ऐकून घ्यायचं, कुठे मौन बाळगायचं, याचं सम्यक ज्ञान म्हणजे संभाषणकौशल्य होय! ही गोष्ट पूर्णपणे समजून घेणं म्हणजेच हे कौशल्य प्राप्त करणं होय. याचबरोबर संभाषणादरम्यान एखादा मनुष्य समोरच्या व्यक्तीला जो संदेश देऊ इच्छितो, तो जर योग्यप्रकारे त्याला समजत असेल, तरच ते संभाषण योग्य संवाद, सुसंवाद अथवा संप्रेषण असं म्हणता येऊ शकेल.

याचा अर्थ असाही नव्हे, की मनुष्याच्या मनात ज्या ज्या गोष्टी येतात, त्या सर्व त्याने जशाच्या तशा सांगून टाकाव्यात, उलट प्राप्तपरिस्थितीनुसार आपल्या बुद्धिचातुर्याचा योग्य उपयोग करून, योग्य पद्धतीनेच समन्वय साधता यायला हवा. एखादा वेडसर मनुष्य आणि सर्वसामान्य मनुष्य यांच्यातदेखील मुख्यत्वे हाच फरक असतो. सर्वसामान्य मनुष्य हा सारासार विचार करून बोलतो, तर वेडसर मनुष्य मात्र जे त्याच्या मनात येईल ते बरळत राहतो, कारण त्याच्यातील सदसद्विवेकबुद्धीच हरवलेली असते.

मनुष्य कितीही प्रज्ञावंत असला, तरी त्याला जर संभाषणाची कलाच अवगत नसेल, किंवा तो आपलं म्हणणं योग्य प्रकारे सादर करू शकत नसेल, तर सद्य:स्थितीत त्याला त्याच्या क्षेत्रात प्रगती करणं अत्यंत कठीण ठरतं. कारण आपली वाणी ही नेहमी इतरांसाठीच असते आणि तीच जर आपण समर्थपणे व्यक्त करू शकत नसाल, तर याचाच अर्थ, आपण संभाषणकला शिकून घेणं अत्यंत आवश्यक आहे.

म्हणूनच लेखन करताना जसं आपण कर्ता, कर्म, क्रियापद याचबरोबर स्वल्पविराम, अर्धविराम, पूर्णविराम इत्यादी विरामचिन्हांकडेही बारकाईने लक्ष देतो, तशाच प्रकारे बोलतानाही आपले शब्द, उच्चारपद्धती, हावभाव, आवाजाची पातळी, शब्दफेकीतील चढ-उतार; तसंच संभाषणाची योग्य पद्धत यांकडे कटाक्षाने लक्ष द्यायला हवं. असं केलं तरच आपलं संभाषणकौशल्य उजळून निघू शकेल.

उत्तम प्रकारे समन्वय साधता येणं, ही खरंतर एक कलाच आहे. परंतु पोहण्याची कला शिकण्यासाठी जसं आपल्याला स्वतःलाच सातत्याने प्रयत्न करावा लागतो, त्यासाठी पाण्यात उतरावं लागतं, त्याचप्रमाणे सुसंवादाची कला आत्मसात करण्यासाठीही आपण स्वतःच सतत सराव करणं आवश्यक ठरतं. कारण संभाषण ही एक अशी कला आहे, जी केवळ शिकवल्याने साध्य होऊ शकत नाही, किंबहुना शिकवता येऊ शकत नाही, परंतु यासंबंधी काही मार्गदर्शन मात्र नक्कीच करता येतं, जे या पुस्तकाच्या माध्यमातून केलं जात आहे. याचा आधार घेऊन प्रयत्न मात्र तुम्हाला स्वतःलाच करावा लागणार आहे. यासाठी प्रत्येक दिवशी रात्री झोपण्याआधी आपल्याला खालीलप्रमाणे मननदेखील करता येऊ शकेल.

- आज दिवसभरात माझा कोणकोणत्या लोकांशी संपर्क झाला...
- माझं मनोगत मी त्यांच्यापर्यंत योग्यप्रकारे पोहोचवू शकलो का...
- त्यांच्याशी बोलत असताना माझ्याकडून कोणकोणत्या चुका झाल्या...
- माझ्याकडून कोणते चुकीचे शब्द वापरले गेले...
- असे कोणते शब्द होते, ज्याऐवजी मी अन्य सकारात्मक, चांगल्या शब्दांचा उपयोग करू शकलो असतो...
- त्यांच्याशी बोलताना माझी देहबोली (बॉडी लँग्वेज) कशी होती...

अशा प्रकारचं मनन, तसंच या पुस्तकात दिलेल्या विविध पद्धतींचा सदुपयोग आपल्या दैनंदिन आयुष्यात इतरांशी संवाद साधताना सातत्याने केल्यास, आपल्या संभाषणकौशल्यात नक्कीच प्रगती होत राहील. म्हणूनच सुसंवादाची पूर्वतयारी केल्यानंतर, आता आपण या पुस्तकाची सुरुवात पहिल्या भागापासूनच करूया...

खंड १
विसंवादाकडून सुसंवादाकडे

संभाषणाची पद्धत आणि सोनेरी नियमाचं उदाहरण

पुरू राजाच्या पराभवानंतर जेव्हा त्याला सिकंदरच्या समोर उभं करण्यात आलं, तेव्हा सिकंदरने त्याला विचारलं, "बोल, आता तुझ्याशी कशा प्रकारचं वर्तन करायला हवं?" त्यावर पुरूने बाणेदारपणे उत्तर दिलं, "अगदी तसंच, जसं एका राजाचं दुसऱ्या राजाशी असतं!"

हे सोनेरी नियमाचं उत्तम उदाहरण आहे, जे तुम्हीही ऐकलेलं असेल; 'इतरांनी आपल्याशी जसं वागावं असं आपल्याला वाटतं, तसंच आपणही इतरांशी वागायला हवं.'

प्रत्येक मनुष्याला वाटतं, की समोरच्या व्यक्तीने आपल्याशी सौजन्याने वागायला हवं, बोलताना योग्य तो आदर राखून बोलायला हवं, त्याच्या शब्दांत मृदुता असायला हवी, वाणीत माधुर्य असायला हवं... इत्यादी. यासाठीच हा नियम सांगितला गेला आहे.

या नियमाविषयी सविस्तर समजून घेतल्यास, तो आपल्या आयुष्यातील एक सोनेरी नियम ठरू शकेल. याचं वैशिष्ट्य म्हणजे, 'आपलं लोकांबाबतचं वर्तन असं असायला हवं, जसं लोकांचं आपल्याबाबत असावं असं आपल्याला वाटतं; तसंच आपण जे आणि जसे आहोत त्याच स्वरूपात, म्हणजेच आपल्या मूळ स्वभावानुसार आपलं वर्तन असायला हवं,' असं हा नियम सांगतो.

परंतु आपलं मूळ स्वरूप म्हणजे तरी काय? आपण जेव्हा आपल्या शुद्ध, स्वच्छ, निर्मळ अवस्थेत असतो; अगदी लहान मुलासारखं निष्पाप, निरागस असतो, तेव्हा तोच असतो आपला मूळ स्वभाव!

लहान मुलं शुद्ध, निर्मळ आणि निरागस असतात. त्यांचं निष्पाप मन प्रेम, आनंद आणि मौन यांनी ओतप्रोत भरलेलं असतं. त्यांच्या मनात, कोणत्याही व्यक्तीविषयी पूर्वग्रह नसतो. शिवाय, ती कधीही, कोणाविषयीही आकस बाळगत नाहीत. ती स्वतःप्रमाणेच सर्वांकडे चांगुलपणाच्या नजरेने पाहतात. परंतु जसजसं त्यांचं वय वाढू लागतं, तसतशी त्यांच्या मनावर जगरहाटीची काजळी चढू लागते आणि त्यांच्या मनातील शुद्धता, पवित्रता झाकोळली जाते. अशा स्थितीत त्यांना इतरांमधील सद्गुण दिसण्याऐवजी त्यांच्यातील दोष आणि कमतरताच जास्त दिसू लागतात. परंतु जेव्हा ती पुन्हा मौनावस्थेत जाऊन आपल्या मूळ स्वभावावर परततात, तेव्हा त्यांना एक नवी दृष्टी लाभते. त्यामुळे त्यांना सर्वांभूती सुंदरता, प्रामाणिकता आणि चांगुलपणाच दिसू लागतो. परिणामी त्यांच्या संभाषणातही गोडवा येतो आणि वर्तनातूनही प्रेम, आदर, नम्रता झळकू लागते.

म्हणून आपण जेव्हा आपल्या मूळ स्वरूपाविषयी जाणून घ्याल, तेव्हा समोरच्या व्यक्तीतही आपल्याला तेच आत्मतत्त्व दिसू लागेल आणि त्यानंतर आपली संभाषणाची शैलीच पूर्णपणे बदलून जाईल.

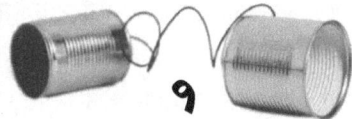

१

विसंवादापासून दूर कसं राहाल

कोणाशीही संवाद न साधता राहणं, हे मनुष्यासाठी कदापिही शक्य नाही... प्रत्येक मनुष्य आपलं शरीर, वाणी आणि हावभाव यांच्याद्वारे सतत काही न काही व्यक्त करत असतो. कधीकधी काहीही न बोलताही आपल्या देहबोलीद्वारे तो खूप काही सांगून जातो. पण त्याचं असं हे काहीही न बोलणं आणि त्याच्या देहबोलीचा अंदाज येणं या दरम्यानच्या कालावधीत कित्येकदा गैरसमज आणि दुरावा निर्माण होऊ शकतो.

मनुष्य बोलत असताना जेव्हा समोरच्या व्यक्तीपासून हेतुपुरस्सर काहीतरी दडवण्याचा प्रयत्न करतो, किंवा काही बाबतीत तिखट-मीठ लावून सांगू लागतो, तेव्हा काय घडतं बरं? तर, अशावेळी ताण-तणाव आणि क्रोध, संशय यांतच भर पडते. कार्यालयातील किंवा कुटुंबातील एखादा सदस्य तणावग्रस्त असेल, तर त्याच्याशी बोलताना तो तणाव इतरांनाही जाणवू लागतो. अशा प्रकारे केवळ

चुकीच्या संभाषणामुळे कित्येकदा लोकांमध्ये गैरसमज पसरतो आणि त्यातून वितुष्ट निर्माण होतं.

लोक वेगवेगळ्या स्थितीत, वेगवेगळ्या कारणांनी गैरसमजाची शिकार ठरतात, त्यातूनच जिव्हाळ्याच्या नातेसंबंधांत वितुष्ट निर्माण होतं. त्यामुळे नात्यांतील गोडवा, माधुर्यच हरवून जातं. कित्येक टीव्ही मालिकांमध्येसुद्धा आपल्याला या गोष्टी दिसतात. टीव्हीवरील हे कार्यक्रम पाहताना, त्यातील पात्रं कसा हेतुपुरस्सर गैरसमज निर्माण करत आहेत, हे आपल्याला सहजपणे दिसतं. म्हणून असे कार्यक्रम शक्यतो टाळायलाच हवेत; पण कुटुंबातील इतर लोकांमुळे जर ते आपल्याला पाहावेच लागत असतील, तर असे गैरसमज आपल्या कुटुंबात, आपल्या आयुष्यात निर्माण होऊ नयेत, याच दृष्टिकोनातून ते पाहायला हवेत.

नातेसंबंधांत गैरसमज निर्माण होण्याची कारणं आणि ते दूर करण्याचे उपाय जर चित्रपट अथवा मालिका यांसारख्या दृक्-श्राव्य माध्यमांतून योग्य प्रकारे सादर झाले, तर मनुष्य त्यातूनही खूप काही शिकू शकतो. समजा, एखाद्या चित्रपटामध्ये दोन व्यक्तींनी आपापसांतील गैरसमज कसे दूर केले, हे दाखवण्यात आलं. यातील पहिला मनुष्य काही कारणाने संकोचत असे, त्यामुळे आपलं मन मोकळं करण्यास त्याला अवघडल्यासारखं वाटत असे. म्हणून तो दुसऱ्याच्या समोरच जात नसे, त्याच्या नजरेला नजर मिळवू शकत नसे. या समस्येवर तोडगा काढण्यासाठी त्याने एक पत्र लिहिलं. पत्रातील मजकूर लिहिताना त्याने समोरच्या व्यक्तीस आपला 'हितचिंतक' असं संबोधून आधी त्याच्यातील सर्व सद्‌गुणांचा उल्लेख त्या पत्रात केला. मग त्याने आपली अडचण, त्याच्याविषयी असलेली तक्रार अगदी सौम्य शब्दांत मांडली व मगच ते पत्र त्या व्यक्तीला दिलं आणि या समस्येचा गुंता सुटला. अशा प्रकारचे विविध प्रसंग जर चित्रपट-मालिकांतून दाखवण्यात आले, तर ते पाहून पाहणारेदेखील अशाच एखाद्या प्रयोगाने आपली समस्यादेखील सोडवता येऊ शकेल का, या दृष्टिकोनातून विचार करू लागतील. लेखणीद्वारे साधलेल्या समन्वयाची किमया ही काहीशी अशीच असते, त्यामुळे आपला कौटुंबिक जिव्हाळा वाढविण्यासाठी पत्र आणि शुभेच्छापत्रांच्या देवाणघेवाणीचा हा प्रयोग सातत्याने करत राहायला हवं.

इतकं विवेचन केल्यानंतर आता आपण गैरसमज निर्माण होण्याची कारणं जाणून, ते दूर करण्याचा प्रयत्न कसा करता येईल, ते पाहूया.

गैरसमज निर्माण होण्याचं आद्यकारण : समोरच्या व्यक्तीच्या इच्छा-अपेक्षा लक्षात न राहणं - लोकांमध्ये अगदी छोट्या छोट्या, किरकोळ अशा गोष्टींवरून

गैरसमज निर्माण होतात. कित्येकदा समोरच्या व्यक्तीने आपल्याला काय सांगितलंय किंवा आपलं समोरच्या व्यक्तीशी काय बोलणं झालंय, हेच लक्षात न आल्याने आपापसांत गैरसमज निर्माण होतात. तसंच, अनेकदा समोरच्या व्यक्तीला आपलं म्हणणं समजू शकत नाही आणि तसं त्याला सांगताही येत नाही, त्यामुळेही गैरसमजाला वाव मिळतो.

गैरसमजाचं दुसरं कारण : शब्दांच्या संदर्भांतील फरक – ऐकणाऱ्या मनुष्याला जर बोलणाऱ्याची भाषाशैली ठाऊक नसेल, तरीदेखील कित्येकदा गैरसमज निर्माण होतात. कारण एकाच शब्दाचे वेगवेगळे अर्थ निघत असल्याने लोक ते वेगवेगळ्या संदर्भांत (रेफरन्समध्ये) वापरतात, त्यामुळेही गैरसमज पसरू शकतात.

मनुष्याच्या मन-मस्तिष्काला एक सवय असते, ते ऐकलेल्या अथवा पाहिलेल्या प्रत्येक गोष्टीची; मग ती वस्तू असो वा घटना, त्या प्रत्येकाची स्वतःची अशी एक व्याख्या करू इच्छितं. पाहिलेल्या अथवा ऐकलेल्या प्रत्येक गोष्टीविषयी मनात एक धारणा निर्माण झालेली असते. उदाहरणार्थ- इडली ही गोल आणि पांढऱ्या रंगाचीच असते, अशी त्याची इडलीविषयीची दृढ धारणा असते. समजा, एखाद्या दिवशी जर त्याच्यासमोर चौकोनी आकाराची व पिवळ्या रंगाची इडली सादर केली, तर प्रथमदर्शनी तो त्या पदार्थाला इडली असं न संबोधता, तो ढोकळा आहे असं म्हणू लागेल. पण तो पदार्थ जेव्हा तो मनुष्य चाखून पाहील किंवा कोणीतरी त्याला त्याविषयी समजावून सांगेल, तेव्हाच त्याला हे समजू शकेल, की हा पदार्थ ढोकळा नसून खरोखर इडलीच आहे.

समोरच्या व्यक्तीचं म्हणणं पूर्णपणे ऐकून अथवा समजून न घेताच एखादा ग्रह करून घेणं, तसंच समजणं अथवा तसाच तर्क करत राहणं, या गोष्टी कोणाशीही सुसंवाद साधण्यात बाधक ठरतात. नेहमी, 'हे असंच असायला हवं, असं असेल तरच ते चांगलं आणि असं नसेल तर ते वाईट... अमुक एक मनुष्य मला असं म्हणाला, याचा अर्थ मी त्याला आवडत नाही आणि अमुक एक मनुष्य नेहमी माझं कौतुक करतो, याचा अर्थ मी त्याला खूप आवडतो...' अशा प्रकारचे ग्रह करून घेऊन मनुष्याचं मन पावलोपावली तशीच मतं व्यक्त करत राहतं.

उदाहरणार्थ- काही कुटुंबांतील मुलं त्यांच्या पालकांना एकेरी संबोधनानं संबोधतात, त्यांच्या आई-वडिलांनाही ती 'अरेतुरे' असंच म्हणतात. पण त्या मुलांना त्यांच्या आई-वडिलांविषयी आदर नसतो, किंवा त्यांचं आई-वडिलांवर प्रेमच नसतं, असा याचा अर्थ होत नाही. अशावेळी एखादा मनुष्य, जो आपल्या घरातील लहान

मुलाशी बोलतानादेखील आदरार्थी शब्द वापरतो, त्यांनाही 'अहो-जाहो' करतो, त्याने जर हे संभाषण ऐकलं, तर त्याला काय वाटेल? 'किती असभ्य मुलं आहेत ही! यांना आपल्या आई-वडिलांशी कसं बोलावं हेदेखील कळत नाही, त्यांच्याविषयी जराही आदर नाही. किती वाया गेली आहेत ही मुलं!' असाच विचार तो मनुष्य करेल, कारण त्याच्या मनात आदराची धारणाच मुळात 'अहो-जाहो' या शब्दांनी घट्ट रुजलेली आहे.

एकदा दोन मित्रांची खूप दिवसांनी भेट झाली, तेव्हा पहिल्या मित्राने दुसऱ्याला एक जॅकेट भेट म्हणून दिलं आणि तो म्हणाला, "मागच्याच महिन्यात मी यू.के. ला गेलो होतो. तिथे अगदी कडाक्याची थंडी असते, त्यामुळे तिथून येताना मी हे सुंदर जॅकेट तुझ्यासाठी आणलंय!" हे ऐकून त्या दुसऱ्या मित्राला खूप आनंद झाला. आनंदाच्या भरातच त्याने ते जॅकेट घेतलं. पण जेव्हा त्याने त्या जॅकेटवर 'मेड इन इंडिया'चा टॅग पाहिला, तेव्हा मात्र त्याला खूप राग आला. आपला मित्र आपल्याला मूर्ख बनवतो आहे, असंच त्याला वाटू लागलं. याचा जाब विचारण्यासाठी काहीशा तिरमिरीतच, पण वरवर आपला राग दिसू न देता त्याने त्या पहिल्या मित्राला विचारलं, "अरे वा! यू.के. (युनायटेड किंगडम)मध्ये नेमकं कोणत्या ठिकाणी गेला होतास तू? लंडनला की दुसरीकडे कुठे?" त्यावर पहिला मित्र हसत हसत म्हणाला, "छे रे, तिकडे कुठे, मी तर यू.के. म्हणजे उत्तराखंडला गेलो होतो... डेहराडूनला..."

वर दिलेली ही दोन उदाहरणं अतिशय सर्वसामान्य वाटू शकतात. पण यांतून एक गोष्ट अगदी स्पष्टपणे समजते, की लोक कशाप्रकारे समोरच्या व्यक्तीच्या शब्दांचा विपर्यास करून, त्यांचा आपल्या मनाला रुचेल तो अर्थ लावतात, गैरसमजाची शिकार होतात. म्हणून केवळ शब्दांमध्येच अडकून न राहता त्या शब्दांचा योग्य अर्थ समजून घेण्याचा प्रयत्न करायला हवा.

गैरसमजाचं तिसरं कारण : चुकीची किंवा अर्धवट माहिती देणं – काहीवेळा लोकांना एखाद्या गोष्टीविषयी चुकीची किंवा अर्धवट माहिती मिळालेली असते, त्यामुळे तेदेखील इतरांना माहिती देताना तशीच चुकीची माहिती पुढे प्रसारित करतात. मग अशाने गैरसमज पसरले नाहीत तरच नवल! कित्येकदा समोरच्या मनुष्याला काही गोष्टींची माहिती असायलाच हवी, असं आपल्याला वाटत नाही. परंतु त्या मनुष्याला मात्र याचा खूप त्रास सहन करावा लागू शकतो. कारण काही गोष्टी जरी आपल्याला किरकोळ वाटत असल्या, तरी समोरच्या व्यक्तीसाठी मात्र त्या खूपच महत्त्वाच्या असू शकतात. म्हणूनच आपल्याकडे असलेली सर्व माहिती लवकरात लवकर संबंधितांकडे पोहोचवण्याची सवय आपण स्वतःमध्ये निर्माण करायला हवी. अन्यथा आपण फोन,

ई-मेल, एस.एम.एस. या गोष्टींचा उपयोग करणार तरी कधी!

गैरसमज निर्माण होण्याचं चौथं कारण : विसंगत तर्क करणे – एका कुटुंबातील ही गोष्ट. एके दिवशी त्या घरात वडील वर्तमानपत्र वाचत बसले होते, तर त्यांचा मुलगा संगणकावर काहीतरी काम करत होता. त्याचवेळी त्या मुलाची लहान बहीण हातात दोन सफरचंद घेऊन तिथे आली आणि त्यापैकी एक सफरचंद तोंडात घालून तिने त्याचा एक तुकडा खाल्ला. हे पाहून भाऊ म्हणाला, ''अगं यातलं एक सफरचंद बाबांना तर दे, एकटीच काय खातेस!'' हे ऐकताच त्या मुलीने हातातील दुसरं सफरचंदही तोंडात घातलं.

हे पाहिल्यानंतर त्या मुलाला आपल्या बहिणीचा खूप राग आला. त्याच्या मनात विचार आला, 'अशी कशी ही आपली बहीण, किती स्वार्थी झालीय, वडिलांना दे म्हटलं तरी एकटीच खातेय… उलट दुसऱ्या कोणाला द्यावं लागू नये म्हणून दोन्ही सफरचंद तिने उष्टी करून ठेवली.' आता तो तिला ओरडणारच, तितक्यात त्या छोटीने आधीचं सफरचंद वडिलांच्या हातात दिलं आणि ती म्हणाली, ''बाबा, हे सफरचंद तुम्ही खा, कारण हे खूप गोड आहे.'' तिचे हे शब्द तिच्या भावाने ऐकले आणि तो आपल्या संकुचित विचारांबद्दल अगदी ओशाळून गेला. आपल्या अशा विचारांबद्दल त्याला स्वतःचीच लाज वाटू लागली.

घटना तर घडते, पण ती जशी घडते, तशी आपल्यापर्यंत पोहोचतेच असं नाही. कारण आपण तिच्याकडे आपल्या दृष्टिकोनातून पाहतो आणि चुकीचा ग्रह करून घेतो, तिच्याविषयी तर्क-वितर्क करत राहतो.

म्हणजेच, आपण जेव्हा एखादं दृश्य पाहतो किंवा काहीतरी ऐकतो, तेव्हा त्या गोष्टी पूर्णपणे समजून न घेता आपापल्या समजुतीनुसार त्यात काहीतरी भर घालून, अथवा काही गोष्टी वगळून भलताच काहीतरी समज करून घेतो आणि तोच दृढ करतो. मग तेच आपल्याला वास्तव वाटू लागतं. पण जेव्हा तो प्रसंग संपूर्णपणे घडून जातो, तेव्हा वस्तुस्थितीचं आपल्याला आकलन होतं आणि मग सगळा खुलासा होतो. पण तोपर्यंत बहुधा आपलं खूपच नुकसान झालेलं असतं. म्हणूनच जोपर्यंत संपूर्ण चित्र सुस्पष्ट होत नाही, तोपर्यंत आपले अंदाज, आपली मतं आपल्याजवळच ठेवावीत, त्यावर प्रतिक्रिया व्यक्त करण्याची घाई करू नये.

गैरसमजाचं पाचवं कारण : व्यवस्थित न ऐकणे – कित्येकदा समोरची व्यक्ती जेव्हा काही सांगत असते, तेव्हा आपल्या मनात वेगळेच काहीतरी विचार सुरू असतात किंवा आपलं लक्ष भलतीकडेच कुठेतरी लागलेलं असतं. त्यामुळे समोरचा मनुष्य जे

काही सांगतो, ते आपण व्यवस्थित ऐकू शकत नाही आणि आपल्या मनात गैरसमज निर्माण होतो.

तर, काहीवेळा समोरच्या व्यक्तीला सर्वकाही समजावून सांगितल्यानंतर, आपण जे सांगितलं, ते तिला समजलंय की नाही, याची आपण पडताळणीही करत नाही. शिवाय, त्या व्यक्तीला ते पूर्णपणे समजलेलं आहे, असाच ठाम समज आपण करून घेतो. परिणामी दोघांकडूनही गैरसमज होण्याचीच शक्यता वाढते. पण, याविषयी आपण पुढच्या भागात सविस्तर समजून घेऊ.

गैरसमजाचं सहावं कारण : वैयक्तिक अडचणींमुळे टाळाटाळ करणे – कधीकधी काही लोक क्षुल्लक अशा अडचणींमुळे कित्येक गोष्टींची कल्पना समोरच्या व्यक्तीस देऊ इच्छित नाहीत, पण यामुळेच भविष्यात बिकट परिस्थिती निर्माण होऊ शकते. यालाच 'मुंगीइतक्या अडचणीतून वाचण्यासाठी चित्त्यासारख्या संकटाला आमंत्रण देणे' असं म्हणतात. उदाहरणार्थ- एका मुलाने पहिल्यांदाच आपल्या वडिलांच्या खिशातून काही पैसे चोरले. त्यावेळी त्याच्या आईने ते पाहिलंदेखील, पण तिने विचार केला, 'जाऊ दे, आपला मुलगा आता मोठा होतोय, तेव्हा या वाढत्या वयात त्याला काही बोलायला नको... नाहीतर संतापाने घरदार सोडून जायचा...' शिवाय त्याच्या वडिलांनी त्याला काही बोलू नये, रागावू नये, म्हणून तिने आपल्या पतीलाही याविषयी काही सांगितलं नाही. परिणामी, हळूहळू त्या मुलाला याची सवयच लागली आणि तो रोजच पैसे चोरू लागला.

मात्र, एकेदिवशी जेव्हा त्याची ही चोरी पकडली गेली, तेव्हा कुटुंबातील सर्वांसमोरच त्याला भरपूर मार मिळाला आणि असं काही ऐकून घ्यावं लागलं, की त्याची प्रचंड मानहानी झाली. याचबरोबर वडिलांचाही भ्रमनिरास झाला, तेही मनातून दुखावले गेले. आता आई-वडिलांपैकी कोणीही त्याच्यावर सहज विश्वास ठेवू शकत नव्हते. त्यामुळे पहिल्या चोरीच्या वेळी रागावण्याचा जितका त्रास आईला झाला असता, त्याहून कितीतरी अधिक पटीने तो आता होऊ लागला. म्हणूनच तर म्हणतात, की 'वेळेवर घातलेला एक टाका पुढचे शंभर टाके वाचवतो.'

याचाच अर्थ, छोट्या छोट्या गोष्टींतील गैरसोय टाळण्याच्या नादात मोठमोठ्या अडचणींना आमंत्रण देणे. यातूनच मग पुढे गैरसमजांची भक्कम भिंत उभी होते.

यासाठीच, काही गोष्टी सांगत असताना समोरच्याला त्या कितीही अप्रिय वाटल्या, त्याला आपला कितीही राग आला, त्याने कितीही आरडाओरड केली, तरी त्याला योग्य वेळी, योग्य शब्दांत आणि स्पष्टपणे त्या गोष्टी सांगायला हव्यात. यामुळे

भविष्यात निर्माण होणाऱ्या कित्येक अडचणींपासून आपण सहजच वाचू शकतो.

गैरसमज नावाची ही व्याधी दूर करण्यासाठी, प्रथम या आजाराच्या मूळ कारणांवरच घाव घालणं, हा सर्वोत्तम उपाय आहे. म्हणूनच या भागात सांगितलेल्या सर्व कारणांवर मनन करून, यापुढे आपण कशाप्रकारे संवाद साधायला हवा, याची एक ढोबळ रूपरेषा आखून घ्यायला हवी. मग गैरसमजाचं कोणतंही कारण शिल्लक न राहिल्याने गैरसमज निर्माणच होऊ शकणार नाहीत.

------ ❈ ------

कोणतीही घटना त्रासदायक नसते, पण तुम्ही जेव्हा तुमच्या
भावनांना नकारात्मक शब्द देता, तेव्हाच ती त्रासदायक बनते.
परिणामी तुम्ही तुमच्याच शब्दांमध्ये फसत जाता.

–सरश्री

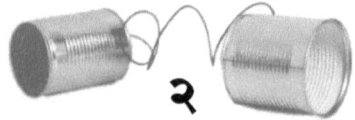

ऐकून घेण्याची क्षमता कशी वाढवावी

समन्वय साधताना ऐकून घेण्याची क्षमता अंगी असणं, हे अतिशय महत्त्वाचं असतं. मनुष्याने आपली ऐकून घेण्याची क्षमता जर पूर्णपणे विकसित केली, तर जगभरातील किमान अर्ध्या अडचणी तरी आपोआपच मिटून जातील. पुस्तकाच्या या भागात आपण केवळ आपल्या ऐकून घेण्याविषयीच चर्चा करणार नाही, तर जेव्हा आपण काहीतरी महत्त्वाचं सांगत असाल, तेव्हा समोरच्या व्यक्तीची ऐकून घेण्याची क्षमता कशाप्रकारे वाढू शकेल, हेदेखील जाणून घेणार आहोत.

आपण जेव्हा ऐकण्याच्या क्षमतेविषयी बोलतो, तेव्हा केवळ शब्दांकडेच लक्ष देऊन ते श्रवण करणं, इतकाच अर्थ त्यात अभिप्रेत नसतो. या विषयाचा विस्तार याहून कितीतरी पटीने अधिक आहे. म्हणूनच 'ऐकण्याची क्षमता' या विषयाचं आपण तीन श्रेणींमध्ये विभाजन करून, क्रमाक्रमाने ते समजून घेऊया.

१. जे सांगितलं जातंय, तेच ऐका; मनाचं ऐकू नका

एकदा एका वर्गातील विद्यार्थी वर्गशिक्षकांना म्हणाला, ''सर! जेव्हा

मी तुमचं लेक्चर ऐकतो, तेव्हा पुष्कळ वेळा मला असं वाटतं, की तुम्ही जे काही शिकवत आहात, ते मला पूर्णपणे समजलेलं आहे. परंतु तुमचं तेच लेक्चर मी जेव्हा दुसऱ्यांदा ऐकतो, तेव्हा माझ्या लक्षात येतं, अरे, यातील मुख्य मुद्दा तर आधी मी ऐकलेलाच नव्हता. खरंतर पहिल्यांदा ऐकताना, सर्व काही समजलं आहे, असंच मला वाटत असतं; पण त्यावेळी मुख्य गोष्ट मी समजूनच घेतलेली नसते. मग असं का होत असावं?'' त्या मुलाचा हा प्रश्न ऐकून इतर विद्यार्थ्यांनीही आपले हात उंचावले आणि 'होय सर, आमच्याही बाबतीत असंच घडतं,' असं ते म्हणू लागले.

यावर शिक्षकांनी त्यांना समजावत म्हटलं, ''खरंतर आपण जेव्हा एखादी गोष्ट ऐकत असतो, तेव्हा केवळ समोरच्याचंच न ऐकता आपलं स्वतःचंदेखील काही ऐकत असतो. उदाहरणार्थ– मी जेव्हा वर्गात शिकवत असतो, तेव्हा तुमच्यापैकी कित्येकांच्या मनात, 'हे खूपच किचकट आहे, माझ्यातर काही हे लक्षातच येत नाही,' किंवा 'हा विषय अगदीच सोपा आहे,' अथवा 'या वेळी घरी काय घडत असेल, कधी एकदाचा हा तास संपतोय...' अशा प्रकारचे काही ना काही विचार सुरू असतात.''

शिक्षक पुढे म्हणाले, ''ही गोष्ट सविस्तर समजून घेण्यासाठी आपण एक छोटीशी चाचणी घेऊ. यात तुम्ही फक्त ऐकायचं आणि विचारलेल्या प्रश्नांची योग्य उत्तरं द्यायची. बोला, तुम्ही सर्वजण यासाठी तयार आहात का?'' हे ऐकताच सर्व मुलं 'होय' असं म्हणत सावध होऊन बसली. वर्गात निःशब्द शांतता पसरली. सर्वांनीच उत्सुकता दाखविल्याने शिक्षकांनी पुढे सांगायला सुरुवात केली.

''एका शहरातील एका उच्चभ्रू वसाहतीत दहा, बारा, पंधरा आणि अठरा मजली इमारती आहेत. त्या इमारतींमध्ये काही सदाचारी, तर काही दुराचारी लोकदेखील राहतात. त्या वसाहतीत दोन इमारती अगदी एकमेकांच्या समोरासमोर आहेत. त्यांतील एक इमारत दहा मजली, तर दुसरी बारा मजली आहे. बारा मजली इमारतीत बहुतांश दुराचारी लोक राहतात, ते चोर, लफंगे आणि मद्यपी आहेत; तर दहा मजली इमारतीत प्रामाणिकपणे काम करणारे, सकारात्मक विचार असणारे आणि परोपकारी लोक राहतात.

एके दिवशी या दोन्ही इमारतींना आग लागली. लोक 'वाचवा–वाचवा' असा आक्रोश करत सैरावैरा धावत सुटले. सगळीकडे हलकल्लोळ माजला. या गोंधळातच कोणीतरी ओरडलं, 'अरे, आग आटोक्यात आणण्यासाठी कोणाला तरी लवकर बोलवा.'

'अरे, दहा मजली इमारतीत तीनशे लोक अडकले आहेत आणि बारा मजली

इमारतीत पाचशे लोक आहेत,' असं म्हणत कोणी तरी रुग्णवाहिकेला फोन केला आणि तीही लगेचच तिथे उपस्थित झाली.

'लवकरात लवकर आग विझवा', असा लोकांचा गोंधळ वाढू लागला.

'आधी दहा मजली इमारतीची आग विझवायला हवी,' कोणीतरी ओरडलं... तर कोणी म्हणालं, 'आधी बारा मजली इमारतीची आग विझवायला हवी.' आता कोणत्या इमारतीची आग आधी विझवायला हवी, यावर तिथे उपस्थित असलेले लोक वादविवाद करू लागले.''

''आता तुमच्यासाठी हा प्रश्न आहे, की आधी कोणत्या इमारतीची आग विझवणं गरजेचं आहे, सांगा बरं!'' आपलं बोलणं थांबवत शिक्षक म्हणाले.

एक विद्यार्थी म्हणाला, ''बारा मजली इमारतीत पाचशे लोक अडकले आहेत, त्यामुळे तिथली आग आधी विझवायला हवी, कारण तिथे अडकलेल्या लोकांची संख्या अधिक आहे. दहा मजली इमारतीत तर केवळ तीनशेच लोक आहेत.''

दुसरं कोणीतरी म्हणालं, ''अरे, व्वा! असं कसं? दहा मजली इमारतीत अडकलेल्या लोकांची संख्या कमी असली, तरी तेथील सर्व लोक हे सत्प्रवृत्तीचे, सद्गुणी आणि सकारात्मक कार्य करणारे आहेत, त्यामुळे त्यांना आधी वाचवण्याचा प्रयत्न करणं, हे खूप गरजेचं आहे.''

''हो-हो, अगदी बरोब्बर,'' असं म्हणत कोणीतरी त्याचं समर्थन केलं. ''नकारात्मक प्रवृत्तीच्या पाचशे लोकांना वाचवण्यापेक्षा, सत्प्रवृत्तीच्या तीनशे लोकांना वाचवणं अधिक महत्त्वाचं आहे,'' असंच बहुतेक विद्यार्थी सांगू लागले.

शिक्षक पुन्हा म्हणाले, ''रुग्णवाहिका आलेली आहे, तेव्हा तिने आधी कोणत्या इमारतीची आग विझवायला हवी?''

पुन्हा कोणीतरी ओरडलं, ''दहा मजली,'' तर कोणी म्हणालं, ''बारा मजली''... आणि अशा प्रकारे मत-मतांतरं होऊन, पुन्हा तिथे एकच गोंधळ माजू लागला.

''एक मिनीट, शांत व्हा आणि नीट ऐका, तिथे रुग्णवाहिका बोलावण्यात आली आहे, अग्निशामक दलाचा बंब नव्हे!'' शिक्षक आपल्या प्रत्येक शब्दावर जोर देत म्हणाले. ''मी दोन-तीन वेळा रुग्णवाहिका असा शब्द उच्चारला, तरीपण रुग्णवाहिका आग विझवण्याचं काम करत नाही, हे तुम्हाला समजू शकलं नाही. रुग्णवाहिका आणि बंब यांतील फरकच तुमच्या लक्षात येऊ शकला नाही.'' शिक्षकांच्या तोंडचे हे शब्द ऐकल्यानंतर मात्र ते सर्वजणच खजील झाले आणि 'अरे, खरंच की! काय उत्तर द्यावं या

विचारात आपण इतकं गुरफटून गेलो, की त्या नादात रुग्णवाहिका आणि अग्निशामक दलाचा बंब यांतील फरकाचंही आपल्याला विस्मरण झालं,' असा विचार करून ते सर्वजण स्वतःच्याच मूर्खपणावर हसू लागले.

या कथेवरून आता आपल्या लक्षात आलंच असेल, की कशा प्रकारे आपलं मन हे समोरच्या व्यक्तीचे शब्द ऐकून न घेता, तेच ऐकतं, जे त्याला ऐकण्याची इच्छा असते. यातून मनाच्या या विशिष्ट सवयीचं आपल्याला आकलन होतं. ही कथा ऐकत असतानाही विद्यार्थ्यांच्या मनात एक कथा घडत होती आणि कधी आपल्या कपोलकल्पित कथेलाच विश्वासार्ह समजून शिक्षकांकडून कानावर पडणाऱ्या शब्दांकडे दुर्लक्ष झालं, हे त्यांनाही समजू शकलं नाही.

समोरची व्यक्ती जेव्हा काहीतरी सांगत असते, तेव्हा आपण एकाग्र चित्ताने ऐकतोय, असंच आपल्याला वाटत असतं. परंतु आपलं मन अशावेळी सूक्ष्म स्तरावरून आपल्या ऐकण्यात किती बाधा निर्माण करत असतं, याची आपण कल्पनाही करू शकत नाही. कित्येकदा समोरच्या व्यक्तीचं वक्तव्य जेव्हा आपल्या मनास तर्कसुसंगत वाटत नाही, तेव्हा मन लगेच त्याला झिडकारून टाकतं. केवळ इतकंच करून ते थांबत नाही, तर ते याहून मोठी घोडचूक करतं. ही चूक म्हणजे, एकदा समोरच्याचं वक्तव्य झिडकारल्यानंतर मग ते ऐकण्याच्या प्रक्रियेकडेच दुर्लक्ष करू लागतं. मन आपलं लक्ष एकतर दुसरीकडे कुठेतरी वळवतं, किंवा त्याला जी गोष्ट तर्कसंगत वाटत नाही, त्या गोष्टीचं ते लगेच विश्लेषण करू लागतं. खरंतर हे असं विश्लेषण ते नंतरही करू शकलं असतं, पण अशा प्रकारे बाधा निर्माण करून ते आपल्याला पुढचं वक्तव्य एकाग्रतेने ऐकूच देत नाही. हे म्हणजे अगदी तसंच झालं ना, जसं, आपण एखाद्या मनुष्यासोबत बसलो आहोत, पण आपण काय ऐकायचं आणि काय नाही, हे तो मनुष्यच ठरवतोय!

ही मानसिकता कमी-अधिक प्रमाणात सर्वांमध्येच असते आणि आपल्या मनाची चंचलता या सवयीला आणखी बळकट करते. पण जसजसं आपण आपल्या विचारांमध्ये सावधगिरी बाळगून त्याला शिस्त लावण्याचा प्रयत्न करतो, तसतशी मनाची ही सवय सुटते. यासाठी सर्वप्रथम आपल्याला आपल्या मनाकडून मनमानीपणे घेतली जाणारी दखल ओळखावी लागेल आणि कोणतीही गोष्ट ऐकण्याच्या प्रक्रियेत ढवळाढवळ न करता शांत राहण्याची सूचना त्याला सातत्याने करावी लागेल. मनाची ही सवय अतिशय जुनी असल्याने ते वेळोवेळी दखल देतच राहील, त्याच्या सवयीनुसार ते गरज नसतानाही आपलं मत व्यक्त करतच राहील, शिवाय समोरच्या व्यक्तीच्या वक्तव्याचं विश्लेषणही करतच राहील. खूपच कंटाळवाणं वाटू लागलं, तर इतर गोष्टींमध्येही

आपल्याला गुंतवू लागेल; पण अशावेळी आपल्याला सावधगिरी बाळगावी लागेल, मनाची ही लुडबूड वेळीच ओळखावी लागेल, त्याच्या मनमानीपणाकडे दुर्लक्ष करून आपलं लक्ष पुन्हा वक्त्याच्या वक्तृत्वाकडे वळवावं लागेल. यासाठी आपल्या मनाने 'नमन' अवस्थेत राहून फक्त ऐकण्याचं काम करावं, हाच यामागील आपला उद्देश असायला हवा. हे ध्यानाचं प्रशिक्षण आहे. याचा सतत सराव केल्याने कालांतराने आपल्या हे लक्षात येईल, की हळूहळू आपली एकाग्रता वाढून आपलं लक्ष ऐकण्याच्या प्रक्रियेत अधिकाधिक रममाण होऊ लागलंय.

२. समानुभूतीसह ऐका (भावनांशी एकरूप होऊन ऐका)

समजा, आपण एखाद्या व्यक्तीशी महत्त्वाच्या विषयावर बोलतो आहोत, पण त्या व्यक्तीचं मात्र आपल्याकडे लक्षच नाही. ती व्यक्ती आपल्याकडे पाहतेय, पण दुसऱ्याच कोणत्यातरी विचारांत गुंतलेली असल्याने ऐकण्याच्या मनःस्थितीत नाही, असा अनुभव आपल्यालाही कधीतरी आला असेल. अशा स्थितीत त्या व्यक्तीचं लक्ष विचलित झालेलं दिसतं, ती अधूनमधून इकडेतिकडे पाहत असते, मधूनच मोबाइल तपासून पाहते. आपल्या बोलण्यावर ती 'अच्छा', 'हो का', 'बरं बरं' असंही म्हणते; पण तिचं लक्ष मात्र आपल्या बोलण्याकडे नसतं. आपलं ऐकण्यात त्या व्यक्तीला काहीही स्वारस्य नाही, हे त्या व्यक्तीच्या देहबोलीवरून आपल्या सहज लक्षात येतं. अशा परिस्थितीत आपल्याला काय वाटतं? आपल्याला ते अजिबात आवडत नाही. अशावेळी आपण त्या व्यक्तीला सगळ्या गोष्टी पुनःपुन्हा सांगितल्या, तरी आपल्याला समाधान मिळत नाही. कारण आपण जे सांगत आहोत, ते त्या व्यक्तीने लक्षपूर्वक ऐकायला हवं, असा आपला अट्टहास असतो.

परंतु, ती व्यक्ती आपल्याशी समरस का होऊ शकली नाही, याची सामान्यतः दोन कारणं असू शकतात; एक तर तुम्ही जे सांगत आहात, ती गोष्ट त्या मनुष्याला तितकीशी महत्त्वाची वाटत नसते, किंवा तुम्ही त्याला तितके महत्त्वाचे वाटत नसता. या दोन्हीही गोष्टी आपल्या भावना दुखावणाऱ्याच असतात. म्हणूनच 'समन्वय' याविषयांतर्गत जेव्हा 'ऐकण्या'विषयी सांगितलं जातं, तेव्हा ते केवळ शब्दांविषयीच अभिप्रेत नसतं, तर आपल्याला त्या शब्दांमागे दडलेल्या अर्थानुभवापर्यंत पोहोचण्याचा प्रयत्न करून ते ऐकणं अभिप्रेत असतं. यालाच 'समानुभूतीसह ऐकणं' असं म्हटलं गेलंय.

समानुभूती बाळगण्याचा प्रयत्न करणे, म्हणजे वक्ता ज्या भावनेने अथवा ज्या अनुभवाद्वारे पोटतिडकीने बोलतोय, ते तितक्याच गांभीर्याने, तन्मयतेने ऐकणे, जेणेकरून आपणास काही अंशी तरी त्याच्या भाव-भावनांची प्रचिती येऊ शकेल.

आपण जर पूर्णपणे समरस होऊन आणि अतिशय तन्मयतेने त्याचं म्हणणं ऐकू शकलात, तरच तो कोणत्या भावनेने बोलतोय, याची जाणीव आपल्याला होऊ शकेल. याकरिता 'समोरच्या व्यक्तीच्या भूमिकेत शिरून ऐकून घेणे' असाही एक वाक्प्रचार प्रचलित आहे.

समोरच्या मनुष्याचं म्हणणं ऐकून घेत असताना आपण जेव्हा शांत चित्ताने त्याच्या बोलण्याकडे पूर्ण लक्ष देतो, तेव्हाच त्याची खरी तळमळ लक्षात घेऊन आपण ते ऐकत असतो. कित्येकदा केवळ अशा प्रकारे ऐकण्यामुळेच सुसंवादातील अनेक अडचणी दूर होतात.

प्रसिद्ध मनोविकारतज्ज्ञ एम. स्कॉट पेक जेव्हा रुग्णांस समुपदेशनासाठी बोलावत, तेव्हा त्यांची समस्या समजून घेण्यासाठी सुरुवातीच्या काही भेटीत ते फक्त त्यांचं म्हणणं ऐकून घेत. खरंतर अशावेळी त्यांच्यावरील उपचारांस सुरुवातही झालेली नसे. परंतु आश्चर्याची गोष्ट म्हणजे, केवळ अशाप्रकारे ऐकून घेतल्यानेच जवळपास २५ टक्के रुग्णांमध्ये सुधारणा दिसून येत असे, असं त्यांनी त्यांच्या एका पुस्तकात लिहून ठेवलंय. त्या पुस्तकात ते पुढे लिहितात, की केवळ एकाग्रतेने एखाद्या व्यक्तीचं मनोगत ऐकून घेणं, हेदेखील त्या व्यक्तीसाठी मानसोपचाराप्रमाणेच प्रभावी ठरू शकतं.

नातेसंबंधांतील माधुर्य जपण्यासाठी ऐकून घेणं हे किती महत्त्वाचं असतं, हे वरील उदाहरणावरून आपल्या सहजपणे लक्षात येऊ शकेल. कित्येकदा कुटुंबातील सदस्यांमध्ये 'समोरची व्यक्ती मला समजूनच घेत नाही, किंवा माझं कोणी ऐकूनच घेत नाही' ही एकच तक्रार असल्याचं आढळून येतं. मुलगा वडिलांविषयी हेच सांगत असतो, पती पत्नीविषयी आणि पत्नी पतीविषयी हेच सांगत असते.

आपल्या जेव्हा लक्षात येतं, की समोरच्या मनुष्याचा दृष्टिकोन, त्याची वैचारिकता ही आपल्या वैचारिकतेपेक्षा भिन्न आहे, आपल्यात मतभिन्नता आहे, तेव्हा आपल्याला त्याचं म्हणणं ऐकून घेण्यात काहीही स्वारस्य वाटत नाही. अशा स्थितीत ती व्यक्ती जे काही सांगत असते, ते आपण केवळ वरवर ऐकतो आणि लगेच आपलं मत मांडायला सुरुवात करतो. कारण, आपलंच म्हणणं खरं आहे, हे सिद्ध करण्यालाच आपलं प्राधान्य असतं, खरंतर तीच आपली सुप्त इच्छा असते. कित्येकदा तर कधी एकदा समोरचा मनुष्य बोलायचं थांबतो आणि मी माझं म्हणणं मांडतो, या संधीची आपण वाटच पाहत असतो. अशा स्थितीत, आपलं म्हणणं पूर्णपणे ऐकून घेतलं जातंय, या गोष्टीचं समाधानही त्या मनुष्याला मिळू शकत नाही. मात्र आपलं म्हणणं पूर्णपणे ऐकून न घेताच ते नाकारलं जातंय, हे पाहून त्या मनुष्याला आपण खूपच उपेक्षित आणि बिनमहत्त्वाचे

असल्यासारखं वाटू लागतं. खरंतर इथूनच नातेसंबंधांत वितुष्ट यायला सुरुवात होते.

कोणत्याही कार्यक्षेत्रात आपल्या संघसहकाऱ्यांशी उत्तम समन्वय असावा यासाठी ऐकून घेणं हा गुण संघप्रमुखामध्ये असणं अत्यंत आवश्यक असतं. याकरिता एखाद्याचा दृष्टिकोन जरी काहीसा वेगळा असेल, तरी त्याचं म्हणणं ऐकून घ्यावंच लागतं. आपल्याही मताला काही किंमत आहे आणि आपलं म्हणणं मनापासून ऐकून घेतलं जातंय, असा विश्वास जेव्हा सहकाऱ्यांमध्ये निर्माण होतो, तेव्हा हीच गोष्ट त्यांना खूप समाधानाची ठरते. आपल्यालाही काही महत्त्व आहे, ही भावनाच त्यांना प्रोत्साहित करते आणि मग ते जबाबदारीने कार्यरत होतात. याचबरोबर त्यांचं मत ऐकून घेतल्याने मग ते तुमचे प्रवाहाविरुद्धचे विचारही उत्साहाने ऐकून घेऊ लागतात.

बहुधा हे सर्वकाही साध्य होण्यासाठी आपण प्रामाणिकपणे ऐकून घेणं हेच पुरेसं ठरतं. पण यासाठी आपण जेव्हा ऐकत असतो, तेव्हा समोरच्या मनुष्यात असाही विश्वास निर्माण व्हायला हवा, की आपलं म्हणणं केवळ ऐकूनच घेतलं जाणार नाही, तर त्यावर विचार-विनिमयदेखील होणार आहे आणि त्यादिशेने काही ठोस कृतीही घडणार आहे. यासाठी...

१. समोरच्या व्यक्तीच्या बोलण्यातून आपल्याला नक्की कशाची जाणीव झाली, हे सारांशाने सांगून त्याला निश्चिंत करायला हवं. यामुळे आपण त्याचं म्हणणं किती एकाग्रतेने ऐकत होतो, याचा पुरावाही त्या व्यक्तीला मिळतो.

२. वेगवेगळ्या प्रकारे काही प्रश्न, शंका विचारून, आपलं लक्ष पूर्णपणे त्याच्या वक्तव्यावर केंद्रित होतं, याची जाणीव आपण त्या मनुष्याला करून देऊ शकतो. परंतु असे प्रश्न विचारताना त्याचं बोलणं खंडित होणार नाही याचं भान बाळगून, तो बोलायचं थांबल्यानंतरच ते विचारायला हवेत.

३. आवश्यक त्या वेळी मान डोलावून किंवा त्याच्या नजरेशी नजर मिळवून आपलं लक्ष पूर्णपणे त्याच्या बोलण्यावरच केंद्रित झालेलं आहे, हेदेखील आपण त्याला दर्शवू शकतो.

४. कित्येकदा लक्षपूर्वक ऐकलेलं असूनही अचानक एखादा प्रश्न विचारला गेल्यास, त्याचं उत्तर आपल्याला देता येत नाही. अशावेळी मनमोकळेपणाने आपण त्यांना सांगू शकता, की तुमच्या बोलण्यात मी इतका हरवून गेलो होतो, की काय बोलावं, यासाठी मला शब्दच सुचत नाहीत. अथवा, मला विचार करायला आणखी काही वेळ हवा आहे, त्यानंतरच मग मी माझं मत मांडू शकेन.

समानुभूतीने ऐकण्याचं हे कौशल्यही सततच्या सरावानेच आपल्याला प्राप्त होऊ शकतं, कारण हा एकाग्रतेचा अभ्यास आहे. आपल्याला जेव्हा एखाद्या विषयाचं महत्त्व समजतं आणि सजगतेसह आपण ते आत्मसात करण्याचा प्रयत्न करतो, तेव्हा साहजिकच हळूहळू तो गुण आपल्यात उतरू लागतो. म्हणूनच सातत्याने सराव करत आपणदेखील आपल्या ऐकण्याच्या क्षमतेत वाढ करत राहायला हवी.

३. समन्वय साधताना समोरच्या व्यक्तीचं ऐकून घेण्याची क्षमता कशी विकसित करावी

खरंतर ऐकण्याची उत्तम क्षमता असणं, ही प्रगत-प्रशिक्षित मनाची ओळख आहे. परंतु या जगातील सर्वच लोकांकडे ही क्षमता नसते. अशा कोणाचंही ऐकून न घेणाऱ्या लोकांशी जर आपल्याला समन्वय साधायचा असेल, आपलं म्हणणं त्यांना पटवून द्यायचं असेल, तर कित्येकदा हे काम अतिशय कठीण ठरू शकतं.

मानवी मन हे खूपच चंचल आहे. जिथे त्याला कंटाळवाणं वाटतं, अशा ठिकाणी ते अजिबात स्थिरावत नाही आणि जी गोष्ट त्याच्या आवडीची असेल, तिथून मात्र ते निघत नाही. लोकांमधील उत्सुकता, त्यांच्या इच्छा-आकांक्षा, महत्त्वाकांक्षा, अहंकार अशा कोणत्याही गोष्टीला आपण स्पर्श केलात, त्यावर हळुवार फुंकर घातलीत, तर त्यांचं लक्ष कायमस्वरूपी आपण आपल्याकडे वेधून ठेवू शकतो.

आपण जर ऐकणाऱ्याचं लक्ष आपल्याकडे वेधून घेण्यात यशस्वी ठरलो नाही, तर तो मनुष्य विचलित होईल, त्याचं लक्ष अधूनमधून इतर गोष्टींकडेच भरकटत राहील. म्हणूनच इतरांचं लक्ष आपल्याकडे वेधून घेण्याचं कौशल्य असणं, ही समन्वय साधण्यातील अतिशय महत्त्वाची अशी बाब ठरते. यासाठी आता आपण हे कौशल्य प्राप्त करण्याच्या काही पद्धती समजून घेऊया.

पहिली पद्धत : उत्साहाने बोला. आपण जर बारकाईने निरीक्षण केलं, तर सहजपणे आपल्या लक्षात येईल, की जे शिक्षक मनाच्या तळमळीने, अंतःकरणापासून शिकवत नाहीत, त्यांच्या तासाला वर्गातील बहुतांश विद्यार्थ्यांना झोप येऊ लागते. मग भले ते शिक्षक त्या विषयात कितीही तज्ज्ञ असोत! त्यांच्या शिकवण्यात जर उत्साह नसेल, तर ते कधीही विद्यार्थ्यांचं लक्ष आपल्या शिकवण्यावर केंद्रित करण्यात यशस्वी होत नाहीत. म्हणूनच कोणाशीही संभाषण करताना समोरच्या व्यक्तीने आपल्या बोलण्यात रस दाखवावा असं जर आपल्याला वाटत असेल, तर बोलताना आपण उत्साही असायला हवं, हेच यशस्वी संभाषणाचं मूळ गमक आहे. परंतु हा उत्साह

आपल्यात अचानक कसा संचारू शकेल? तर यासाठी 'अभिनयतंत्रा'चा आधार घ्यायला हवा. 'आपण जेव्हा एखाद्या भावनेचा अभिनय करू लागतो, तेव्हा काही क्षणांतच ती भावना आपोआप आपल्यात संचारू लागते,' असं हे तंत्र सांगतं. म्हणूनच आपण जर अशावेळी उत्साही असण्याचा अभिनय करू लागलो, तर थोड्याच वेळात आपल्यात उत्साह संचारल्याची जाणीव होऊ लागेल.

दुसरी पद्धत : बोलताना आपल्या आवाजाची पातळी कमी ठेवून, आरडाओरड न करता, शांतपणे संभाषणास सुरुवात करायला हवी. कित्येकदा लोक मोठमोठ्याने बोलतात आणि सर्वत्र गोंधळ माजतो. अशा स्थितीत ऐकणाऱ्यांचं लक्षही विचलित होतं. यातच आपण जर आवाज चढवून बोलू लागलो, तर लोकांचं लक्ष आपल्याकडे जाणारच नाही. म्हणून अशा वेळी या तंत्राचा वापर केला जाऊ शकतो. आधी लोकांचं थोडंसं लक्ष आपल्याकडे आकर्षित करून मगच मृदू आवाजात संभाषणास सुरुवात करा. यामुळे 'अरे, हा मनुष्य काहीतरी सांगतोय; पण आपल्याला ते ऐकूच येत नाही,' असा विचार लोक करतील आणि अधिक लक्षपूर्वक ऐकण्याचा प्रयत्न करतील. मग आपोआपच एकाग्र, शांतचित्त होऊन आपल्या बोलण्यावर अधिक लक्ष केंद्रित करू शकतील.

अशा प्रकारे वेगवेगळे प्रयोग आणि त्यांचा सातत्याने सराव याआधारे संभाषणकौशल्य प्राप्त करून आपण ऐकणाऱ्यांचं लक्ष आपल्याकडे वळवून घेण्यात यशस्वी ठरू शकाल.

तिसरी पद्धत : बोलत असताना सुरुवातीला आपण अशा काही म्हणी, वाक्प्रचार अथवा शब्दांचा उपयोग करावा, जे श्रोत्यांची उत्सुकता वाढवतील आणि आपल्या संभाषणातही ते शब्द चपखलपणे बसतील. अशाप्रकारे सुरुवात केल्यानंतर जेव्हा आपल्या लक्षात येईल, की आता वातावरण हलकंफुलकं झालंय, सर्वांचं लक्ष आपल्याकडे वळलंय, तेव्हा मग मुख्य विषयाला सुरुवात करावी. जसं –

'मी तुम्हाला एक महत्त्वाची गोष्ट सांगणार आहे.'

'एक खूपच मजेशीर गोष्ट आहे, जी मी आता तुम्हा सर्वांना सांगणार आहे.'

'आता मी जे काही तुम्हाला सांगणार आहे, ते कदाचित तुम्हाला थोडंसं चमत्कारिकही वाटू शकेल. पण...'

'एक गोष्ट आहे, जी मी तुम्हाला याआधीही सांगू शकलो असतो; पण...'

'कृपया, इकडे लक्ष द्या.'

चौथी पद्धत : सर्वांशी विचार-विनिमय करा, सर्वांना सामावून घ्या, अधूनमधून प्रश्न विचारत राहा, त्यांची मतं विचारा... आपण जेव्हा असं कराल, तेव्हा तुम्हाला श्रोत्यांकडूनही काही प्रतिसादाची अपेक्षा आहे, हे लक्षात घेऊन श्रोते सतर्क होतील आणि त्यांचं सगळं लक्ष तुमच्या बोलण्यावर एकवटेल.

संभाषणाच्या या तंत्रांचा उपयोग करून आपण जर सर्वांशी समन्वय साधू शकलात, तर समोरच्यांचं लक्ष स्वतःकडे आकर्षित करून घेण्यात नक्कीच यशस्वी व्हाल.

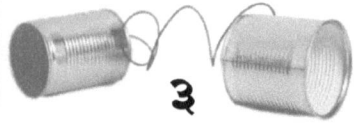

३

योग्य शब्द कसे वापरावेत

सुसंवादाची कला आत्मसात करण्याच्या या प्रवासात आपण जेव्हा लोकांचं बोलणं लक्षपूर्वक ऐकायला प्रारंभ कराल, तेव्हा आपल्याला या लोकांची तीन प्रकारांत वर्गवारी करता येऊ शकेल.

- पहिला प्रकार : यात असे लोक असतील, जे संवाद साधताना जास्तीत जास्त सकारात्मक, प्रेरणात्मक अशा शब्दांची निवड करतात.
- दुसरा प्रकार : यातील बहुतांश लोक असे असतील, जे आपल्या अवतीभोवतीचं वातावरण आणि आपल्या मनाप्रमाणे कधी सकारात्मक, तर कधी नकारात्मक; कधी जहाल, तर कधी मवाळ अशा सर्व प्रकारच्या शब्दांचा उपयोग करतात.
- तिसरा प्रकार : यात असे लोक असतील, ज्यांचं बोलणं बहुधा नकारात्मकच असतं, त्यामुळे त्यांच्या चेहऱ्यावरही नेहमी नकारात्मक भावच दिसून येतात.

आता या लोकांच्या शब्दांचा आपल्यावर कसा परिणाम होतो, हे आपण काही उदाहरणांद्वारे समजून घेऊ. समजा, तिसऱ्या प्रकारातील एक दुकानदार आहे, जो सतत आर्थिक मंदीविषयीच बोलत असतो. जसं- 'सध्या सगळं काही एकदम अवघड होऊन बसलंय... एक तर आर्थिक मंदी आणि त्यात सगळीकडे चोरांचीच भरती... सरकार तर काय, लुटायलाच बसलेलं आहे...' आता सांगा, अशा मनुष्याला भेटून तुम्हाला कसं वाटेल? पुन्हा त्याला भेटण्यासाठी तुम्ही उत्सुक असाल का?

नक्कीच अशा लोकांना पुन्हा भेटायला आपल्याला आवडत नाही, कारण अशा लोकांच्या संपर्कात आपणही निराश, उदास होतो.

आता दुसऱ्या प्रकारच्या मनुष्याचं उदाहरण पाहूया. समजा, आपण त्याच्याशी उत्साहाने बोलत आहोत आणि तोही काही सकारात्मक गोष्टी आपल्याला सांगत आहे. पण... अचानक मध्येच एक फोन कॉल येतो आणि तो फोनवरच शिव्या द्यायला सुरुवात करतो. इतकंच काय, पण फोन बंद केल्यानंतरही तो शांत राहात नाही. तो आपल्यासमोरच लोकांविषयी वाईटसाईट काहीतरी बोलून, त्यांना शिवीगाळ करू लागतो. त्याच्या चित्तवृत्ती बदलल्याने तो चिडचिड करू लागतो. अशावेळी त्याचे शब्द हे अतिशय कठोर आणि जहाल असतात. अशा मनुष्याच्या सहवासात तुम्हाला कसं वाटेल बरं? त्या माणसासोबत राहायला तुम्हाला आवडेल का?

नक्कीच नाही. कारण हा मनुष्य कधी चांगलं बोलेल आणि कधी अपशब्द वापरेल, काहीच सांगता येत नाही. त्याच्याविषयी काहीच ठोकताळे बांधता येत नाहीत, त्यामुळे अशा माणसाच्या सहवासात आपण नेहमी द्विधावस्थेतच राहाल.

खूपच कमी लोक असे असतात, ज्यांचा समावेश पहिल्या प्रकारच्या लोकांत करता येऊ शकेल. असे लोक अत्यंत सजगतेने आपल्या वाणीला प्रशिक्षित करत असतात. काहीही बोलताना आपल्याकडून नेहमी सकारात्मक शब्दच उच्चारले जावेत, याचं भान ते सदैव बाळगतात. अशा लोकांशी बोलून आपल्यालाही खूप प्रसन्न वाटतं.

खरं सांगायचं तर, लोकांनी कशा पद्धतीने बोलावं, त्यांनी कोणत्या शब्दांची निवड करावी, हे बहुधा त्यांच्या अवतीभोवती असलेल्या वातावरणावरच अधिक अवलंबून असतं. उदाहरणार्थ- सुशिक्षित लोक नेहमी शिष्टाचार पाळतात, बोलतानाही ते नेहमी समर्पक अशा शब्दांत, नेमकं आणि मोजकंच बोलण्याचा प्रयत्न करतात. या उलट, ज्यांच्या अवतीभोवती नेहमी गलिच्छ असंच वातावरण असतं, जे नेहमी शिवीगाळच ऐकत आलेले असतात, असे लोक बहुधा तशीच भाषा बोलतात. खरंतर ते काही हेतुपुरस्सर असं करत नाहीत, परंतु ते ज्या वातावरणात घडलेले असतात, जे शब्द

त्यांच्या कानांवर पडलेले असतात, तशाच शब्दांची निवड त्यांच्याकडून आपोआपच होऊ लागते. पण, आपल्याला जर एक यशस्वी समन्वयक व्हायचं असेल, तर अत्यंत सावधपणे स्वतःला घडवावं लागेल, नव्या सवयीचा अवलंब करावा लागेल. यासाठी आपल्याला केवळ आपल्या शब्दकोशातून नकारात्मक शब्दच काढून टाकायचे नाहीत, तर प्रत्येक नकारात्मक गोष्टीला तारतम्याने अथवा सकारात्मकतेने सादर करता येण्यासाठी नव्या शब्दकोशाची रचनादेखील करावी लागेल.

नकारात्मक शब्दांचे परिणाम कसे होतात, हे आपण आणखी एका उदाहरणाद्वारे समजून घेऊ.

समजा, आपण काहीसं विमनस्क, निराश अवस्थेत बसलेले आहात. अशावेळी कोणीतरी येतं आणि आपल्याला म्हणतं, ''उदास व्हायला काय झालं?'' किंवा ''काय झालं, आज एकदम शांत? नाराज आहात का?'' किंवा ''असा काय रडकुंडीला आल्यासारखा चेहरा केलाय? काही झालंय का?'' आता सांगा, अशा वाक्यांचा आपल्यावर काय परिणाम होईल बरं? लोकांनी तर सहजच आपली विचारपूस करण्यासाठी असे प्रश्न विचारले. परंतु त्यांची वाणी प्रशिक्षित नसल्याने त्या शब्दांनी आपल्या औदासीन्यात अधिकच भर पडली. खरंतर हा बदल फार थोड्या प्रमाणात जाणवला; पण जाणवला हे मात्र नक्की! या थोड्याशा निराशेलाही जर कोणी 'नैराश्यग्रस्तता' वगैरे म्हणू लागलं, तर आपल्याला आणखी अधिक वाईट वाटू लागतं.

आता याच प्रसंगात दुसरा मनुष्य येतो आणि तोही आपल्याला हाच प्रश्न थोड्या वेगळ्या शब्दांत विचारतो. तो मनुष्य म्हणतो, ''काय, आज नेहमीसारखी कळी फुललेली नाही, हास्य कुठे मावळलंय? काही विशेष?'' आता या शब्दांचा परिणाम आपल्यावर कसा होईल, हे सांगा बरं! त्याच्या या वाक्यातून आपल्याला त्याचा संकेत लक्षात येईल, पण त्याच्या शब्दांनी आपल्यातील नैराश्य मात्र वाढणार नाही. उलट आपल्याला याची जाणीव होईल, की आपण नेहमी प्रसन्न असतो, पण आज आपल्यात ती भावना नाही.

आता आणखी एका उदाहरणाद्वारे अधिक स्पष्टपणे हे समजून घेण्याचा प्रयत्न करू. समजा, एखादा मनुष्य वैद्यकीय उपचारांसाठी रुग्णालयात दाखल आहे. त्याला जडलेल्या आजारामुळे तो खूपच अशक्त झालेला आहे. अशा स्थितीत एखादा नातेवाईक त्याला भेटण्यासाठी येतो आणि म्हणतो, ''अरेरे! काय ही अवस्था? आजारपणामुळे किती अशक्त झालास तू... आता इथून डिस्चार्ज मिळाला ना, की घरी गेल्यानंतर जरा चांगलंचुंगलं खात-पीत जा, म्हणजे प्रकृतीत काहीतरी सुधारणा होऊ

शकेल.'' हीच गोष्ट सांगताना दुसरा एखादा नातेवाईक म्हणतो, ''तशी काही चिंता करण्यासारखी गोष्ट नाही. आता इथून डिस्चार्ज मिळाला की खाण्या-पिण्याकडे थोडंसं अधिक लक्ष द्यायचं, मग काही होत नाही. उलट पहिल्यापेक्षा जास्त शक्ती येईल.'' या दोन्ही नातेवाइकांच्या शब्दांतील फरक आणि त्यामुळे त्या रुग्णाच्या मानसिकतेवर होणारा सूक्ष्म फरकही आता आपल्या लक्षात आलाच असेल.

काही लोक नकारात्मक शब्दांचा उच्चार सहसा करत नाहीत; पण ते जे काही बोलतात, ते अतिशय रूक्षपणे, निरुत्साहाने आणि मिळमिळीत शब्दांत बोलत असतात. अशा बोलण्यातून त्यांना स्वतःलाही काही उत्साह जाणवत नाही आणि समोरच्या व्यक्तीलाही ते तसं जाणवू देत नाहीत. समजा, आपण त्यांना विचारलं, 'कसे आहात?' तर ते म्हणतील, 'बरंच आहे म्हणायचं.' आपण आपल्याला समजलेली, जिज्ञासा निर्माण करणारी एखादी बातमी त्यांना व्हॉट्सऑपवरून सांगितली, तर 'अरे हो! मीदेखील कालच याबाबतीत ऐकलंय,' असा उत्स्फूर्त प्रतिसाद ते देणार नाहीत, तर 'मला माहीत आहे... यात काही नवं नाही... कालच याविषयी ऐकलंय... वाचलंयसुद्धा...' असा थंड प्रतिसादच ते देतील. या लोकांच्या तोंडून कधी कौतुकाचे साधे चार शब्दही निघत नाहीत. त्यांच्याशी केलेल्या संभाषणानंतर आपल्यालाही 'हे आयुष्य फारच नीरस आहे आणि इथे अतिउत्साह दाखवण्याची काहीही गरज नाही...' असंच वाटू लागतं. आपण उत्साहाने अशा लोकांशी काही बोलायला गेलो, तर त्यांचा असा थंड प्रतिसाद पाहून आपल्यातील उत्साहही आपोआपच कमी होऊ लागतो. किंबहुना आपल्यालाही निरुत्साही वाटू लागतं.

वर दिलेल्या सर्व गोष्टी वाचल्यानंतर सकारात्मक शब्दांचं महत्त्व आता आपल्या लक्षात आलंच असेल. म्हणून आपल्या दैनंदिन आयुष्यात इतरांशी संवाद साधताना आपण कशाप्रकारच्या शब्दांचा वापर करतो, याबाबत आता जागरूक व्हायला हवं, आत्मचिंतन करायला हवं. आपली भाषाशैली मधुर, सकारात्मक आणि सुस्पष्ट असल्याचा जर आपल्याला आत्मविश्वास असेल, तर 'माझ्या तोंडातून कधी काही चुकीचे शब्द तर जाणार नाहीत ना...' अशी चिंता करत बसण्याची आपल्याला कधीही गरज भासणार नाही. आपण आपली प्रत्येक गोष्ट आत्मविश्वासाने आणि अगदी सहजपणे व्यक्त करू शकाल.

सकारात्मक आणि उत्साहवर्धक शब्दांचा उपयोग करण्याची आपली सवय जसजशी वाढत जाईल, तसतसा आपल्या संभाषणात विलक्षण परिणाम होऊ लागल्याचं जाणवू लागेल. एका प्रचलित उदाहरणाद्वारे आता आपण हे समजून घेऊया.

एक अंध मनुष्य रस्त्यावर भीक मागत असे. त्याने स्वतःजवळ एक पाटी लिहून ठेवली होती. त्या पाटीवर लिहिलं होतं, 'मी अंध आहे, कृपया मला मदत करा.' लोक त्याच्या जवळून जात-येत असत, परंतु कोणीही त्याला पैसे देत नसे. एके दिवशी एका मुलीने ती पाटी पाहिली, ती उलट करून त्यावर काही मजकूर लिहिला आणि मग ती तिथून निघून गेली. तेव्हापासून जेव्हा जेव्हा लोक तिथून जात, तेव्हा त्या भिकाऱ्याला काही न काही दान दिल्याशिवाय ते पुढे जातच नसत. आता त्या भिकाऱ्यालाही आश्चर्य वाटू लागलं, की अचानक हा बदल कसा काय घडला?

असं घडण्याचं कारण एकच होतं. त्या मुलीने त्या पाटीवर लिहिलं होतं, 'आजचा दिवस खूपच सुंदर आहे; पण दुर्दैवाने मी तो पाहू शकत नाही, आपण मात्र तो अनुभवू शकता.'

खरंतर त्या पाटीच्या दोन्हीही बाजूंना 'हा मनुष्य आंधळा आहे' हेच लिहिण्यात आलं होतं. पण, त्या पाटीवरील आधीच्या मजकुरातून अप्रत्यक्षपणे 'या जगात फार दुःख-दारिद्र्य आहे' हेच सूचित करण्यात आलं होतं. शिवाय लोकांना तर दुःख, वेदना या गोष्टी नेहमी नकोशाच असतात, त्यांची जाणीव करून देणाऱ्या बाबींकडेही ते बहुधा दुर्लक्षच करतात, अशा गोष्टींपासून ते जास्तीत जास्त लांब जाऊ इच्छितात. परंतु पाटीच्या दुसऱ्या बाजूच्या मजकुरात मात्र अप्रत्यक्षपणे का होईना, 'हे जग सुंदर आहे आणि तुम्ही खूप भाग्यशाली आहात,' हे लिहिण्यात आलं होतं. याचा परिणाम काय झाला आणि लोकांच्या वर्तनात काय फरक पडला, हे तर आपल्याला माहीत आहेच. यालाच म्हणतात, 'योग्य शब्दांची किमया.'

लक्षात ठेवा, आपण जेव्हा सकारात्मक शब्दांचा उपयोग कराल, तेव्हा त्यांचा प्रभाव आपल्या भावनांवरदेखील पडल्याचं जाणवेल.

एका छोट्या प्रयोगाद्वारे आपण हे समजून घेण्याचा प्रयत्न करूया. खालीलपैकी जे वाक्य तुम्हाला अधिक आवडेल, त्याचा पुनःपुन्हा उच्चार करत राहा. परंतु हे वाक्य उच्चारत असताना आपल्या चेहऱ्यावर मात्र राग अथवा तिरस्कार असे भाव असायला हवेत; नव्हे, तसा प्रयत्न करत राहा.

'हे परमेश्वरा, सर्वांचं कल्याण कर.'

'हे परमेश्वरा, ... (माझ्या कुटुंबीयांचं/प्रिय व्यक्तींचं) कल्याण कर.'

पाहिलंत आपण? या शब्दांसोबत नकारात्मक भाव प्रकट करणं, हे शक्यच होत नाही. आता असाच प्रयोग आपण जर काही नकारात्मक वाक्यांबाबत करून पाहिलात,

तर ते शब्द उच्चारताच तसेच नकारात्मक तरंग निर्माण झाल्याची जाणीव आपल्याला होईल आणि त्यासाठी आपल्याला काही विशेष असे प्रयत्नही करावे लागणार नाहीत.

याचाच अर्थ, शब्दांद्वारे आपल्या अंतर्मनात काही भावना निगडित झालेल्या असतात. आपण जितक्या सकारात्मक आणि प्रेरणादायी शब्दांचा वापर कराल, तशाच भावना आपल्यामध्ये सहजपणे निर्माण होतील. शब्दांशिवाय 'आधी आपण सकारात्मक भाव मनात आणा, स्वतःमध्ये उत्साह निर्माण करा,' असं जर आपल्याला सांगितलं गेलं, तर हे खूप कठीण वाटेल; परंतु शब्दांच्या आधाराने ही प्रक्रिया खूपच सहज-सोपी होते. हे खूप महत्त्वाचं आहे, कारण संवाद साधताना समोरची व्यक्ती नेहमी आपल्या चेहऱ्यावरील हावभाव टिपत असते. म्हणूनच संवाद साधण्याची कला उत्तम प्रकारे आत्मसात करण्यासाठी समर्पक अशा शब्दांचा खजिना आपल्याकडे असणं अत्यावश्यक ठरतं.

मग समर्पक शब्द जर इतके महत्त्वाचे असतील, तर त्यासाठी आपल्याकडे काय नियोजन असायला हवं? तर सर्वांत पहिली गोष्ट म्हणजे, ज्या शब्दांची आपण जबाबदारीही घेऊ शकत नाही, असे बेजबाबदार शब्द आपल्या शब्दकोशातून आपण कायमस्वरूपी काढून टाकायला हवेत. जसं- अपशब्द किंवा चुगली-चहाडी. आपल्याकडून कळत-नकळत वापरल्या जाणाऱ्या अशा नकारात्मक शब्दांविषयी आपण स्वतःलाच एक प्रश्न विचारायला हवा, 'असे शब्द एका कागदावर लिहून आपण त्याखाली स्वाक्षरी करू शकतो का? एक असा कागद, ज्याची आपल्या स्वाक्षरीनंतर फोटो फ्रेम केली जाईल आणि मग तो कागद त्या प्रत्येक मनुष्याला दाखवला जाईल, ज्यांच्याविषयी आपल्या मनात स्नेह-आदरभाव आहे. हा कागद आपले आई-वडील, नातेवाईक, मुलंबाळं, नातवंडं सर्वांनाच दाखवला जाईल.' मग आता सांगा, या शब्दांनीच आपली आठवण काढली जावी, असं आपल्याला वाटतं का? या प्रश्नाचं उत्तर जर 'नाही' असं असेल, तर आजच अशा शब्दांना आपल्या शब्दकोशातून कायमस्वरूपी काढून टाकण्याचा संकल्प करा.

दुसरी गोष्ट, आपल्याकडून दिवसभरात होणाऱ्या संभाषणादरम्यान कळत-नकळत वापरले जाणारे निरुत्साही, रूक्ष किंवा नकारात्मक शब्द लक्षपूर्वक हेरण्याचा प्रयत्न काही दिवस आपण सातत्याने करायचा. मग दिवसाच्या अखेरीस या शब्दांऐवजी कोणत्या प्रेरणादायी, उत्साहवर्धक अथवा सकारात्मक शब्दांचा वापर आपण करू शकलो असतो, यावर मनन करायचं. असे शब्द सुचताच, दुसऱ्या दिवसापासून अत्यंत सावधपणे आपण आधीच्या नकारात्मक, निरुत्साही, रूक्ष शब्दांऐवजी या नव्या

सकारात्मक, प्रेरणादायी, उत्साहवर्धक शब्दांचा उपयोग करायचा आहे... आपली सकारात्मक आणि प्रेरणादायी शब्दांची ही निवडच आपलं संभाषण अधिकाधिक प्रभावी करू लागेल. मग लोकांनाही आपल्याशी संवाद साधायला आवडेल. या प्रक्रियेचा प्रारंभ आपण त्याच शब्दांपासून करायचा, जे आपल्याला लहानपणापासून परिचित आहेत, परंतु त्यांचा वापर आपल्याकडून क्वचितच होतो. काही लोक तर अशा शब्दांचा वापर अजिबातच करत नाहीत, किंवा काही लोक असेही असतात, जे क्वचित प्रसंगी आणि बिकट परिस्थितीतच असे शब्द वापरतात; तेही अत्यंत संकोचून, अगदी जिवावर आल्यासारखं. ते शब्द आहेत - कृपया (प्लीज), धन्यवाद (थँक्यू), क्षमा करा (सॉरी). खरंतर या तीन शब्दांद्वारे आपल्यातील शिष्टाचार, नम्रता, आत्मसंयम, बुद्धिमत्ता, साधेपणा, निष्ठा, मान-मर्यादा, आदर, आस्था प्रकट होते. त्यामुळे ज्याला यशस्वी सुसंवादक व्हायची इच्छा असेल, त्याच्या शब्दकोशात हे शब्द असणं अत्यंत महत्त्वाचं आहे. किंबहुना योग्य प्रसंगी, योग्य प्रकारे या शब्दांचा उपयोग व्हायलाच हवा, अन्यथा आपल्या समन्वय साधण्यात खूप मोठी तफावत राहू शकेल....

त्याचप्रमाणे आपल्या शब्दभांडारात आणखीही काही नवनवीन शब्द आणि नवी वाक्यं यांचीही भर घालायला हवी. उत्तमोत्तम पुस्तकं आणि शब्दकोशांतून आपल्याला सकारात्मक, प्रेरणादायी अशा शब्दसंपत्तीचा खजिनाच मिळू शकेल. उदाहरणार्थ- 'तुम्हाला भेटून मला खूप बरं वाटलं... तुम्हाला पाहून मला प्रेरणा मिळते... तुमच्यासोबत काम करताना मला खूप आनंद होतो... तुमच्यातील हाच गुण मला खूप आवडतो... मला तुमचा सार्थ अभिमान वाटतो... अखेर आपल्या प्रयत्नांना यश मिळालंच, खूप अभिनंदन... कळत-नकळत माझ्याकडून जर काही चुकलं असेल आणि त्यामुळे तुमच्या भावना दुखावल्या जात असतील, तर कृपया मला क्षमा करा... माफ करा, पण हे काम यशस्वीरीत्या पार पाडण्याची संपूर्ण जबाबदारी मी स्वीकारतोय... आपल्या अभिप्रायाबद्दल आभार, मी या विषयावर नक्कीच काम करणार आहे... तसंही आपण माझे आदर्श आहात...' इत्यादी. आपल्या जिभेला सकारात्मक आणि मधुर बोलण्याची सवय लागावी, यासाठीदेखील असं करण्याची आवश्यकता आहे. याचा आपण जितका सराव कराल, तितके अधिकाधिक मधुर शब्द आपोआपच आपल्या अंतःकरणातून स्फुरतील आणि आपलं संभाषण अधिकाधिक प्रभावशाली होऊ लागेल.

अशा प्रकारे शब्दांच्या प्रशिक्षणापासून सुरुवात करून आपण आता सुसंवादाच्या पुढील टप्प्याकडे वळूया. या टप्प्यावर आपण संभाषणादरम्यान उद्भवणाऱ्या समस्या आणि त्यांवरील उपाय समजून घेण्याचा प्रयत्न करणार आहोत.

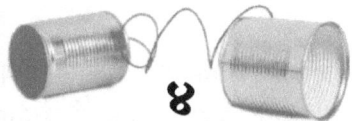

४

वाणीत माधुर्य का आणि कसं राखाल

वाणीतील माधुर्य आणि सकारात्मक भाषेचं महत्त्व, हे केवळ आजच नव्हे, तर कित्येक युगांपासून अधोरेखित केलं जात आहे. आपल्या सकारात्मक भाषाशैलीमुळे केवळ आपलं संभाषणच प्रभावी, लोकप्रिय ठरत नाही, तर यामुळे कित्येक समस्यांवरदेखील आपणास मात करता येऊ शकते. ज्या समाजातील लोकांच्या तोंडी नेहमी सकारात्मक भाषेचीच सवय असते, त्या समाजातील लोक नेहमी आनंद, सुखशांती आणि सौहार्दपूर्ण जीवन जगू शकतात. चला तर मग, आपली भाषाशैली सकारात्मक आणि मधुर बनविण्याची पद्धत जाणून घेऊया.

श्वासकृत भाषेची किमया

संस्कृत भाषेविषयी तर आपण सर्वजण जाणतोच. परंतु इथे आपण संभाषण कौशल्याची एक नवीन भाषा समजून घेणार आहोत, श्वासकृत भाषा! म्हणजे उत्तम भाषा व्यवहार अथवा गुड सर्व्हिस लँग्वेज. या भाषेविषयी समजून घेण्यासाठी संत कबीरांचा एक दोहा आपल्याला खूपच साहाय्यक ठरू शकेल.

ऐसी वाणी बोलिए, मन का आपा खोय ।
औरन को शीतल करे, आपहु शीतल होय ।।

श्वासकृत भाषेचा अर्थदेखील या दोह्याशीच निगडित आहे. ही एक अशी भाषा आहे, जिच्यात प्रेम, आदर, विश्वास आणि सेवाभाव यांचा समावेश असतो; जी ऐकताच प्रत्येकाचं मन प्रसन्न होऊन जातं. ही भाषा ऐकल्याने समोरचा मनुष्य सुटकेचा निःश्वास सोडतो. म्हणूनच तर या भाषेला 'श्वासकृत' भाषा असं म्हटलं गेलंय. एका उदाहरणाद्वारे आता आपण हे समजून घेऊया.

समजा, आपण कोणत्या तरी एका दुकानातून एक महागडी वस्तू खरेदी केली. परंतु ती वस्तू तूर्तास तरी आपल्या उपयोगाची नव्हती. म्हणून आपण तिचं आवरण न उघडताच ती सांभाळून ठेवतो. महिन्याभरानंतर आपण जेव्हा ते आवरण उघडून पाहतो, तेव्हा ती वस्तू तुटलेल्या स्थितीत आपल्याला आढळते. ते पाहून आपल्याला खूप वाईट वाटतं. 'इतकी महागडी वस्तू आहे, तर आपण ती दुकानदाराला पुन्हा परत करायला हवी,' असा विचारही त्यावेळी आपल्या मनात येतो. परंतु इतक्या दिवसांनंतर दुकानदार आता ती वस्तू कशी परत घेईल? कदाचित, ही वस्तू माझ्याच दुकानातून विकत घेतली आहे, हेही तो मान्य करणार नाही, अशी शंकाही आपल्या मनात निर्माण होते. म्हणून मग आपण त्या वस्तूच्या खरेदीची पावती शोधू लागतो. पण पावती न मिळाल्याने आपण त्रस्त होतो. आपली ही अवस्था पाहून घरातील सर्व लोक आपल्याला वेगवेगळे सल्ले देऊ लागतात. मग अशा स्थितीत आलेल्या आत्यंतिक तणावामुळे आपला श्वासोच्छ्वासही जोरजोरात होऊ लागतो.

शेवटी ती तुटलेली वस्तू घेऊन आपण कसंबसं दुकानदाराच्या काऊंटरवर पोहोचतो. यावेळी आपल्या छातीत धडधड होत असते, पण तरीही हिंमत करून आपण दुकानदाराला सांगतो, "ही वस्तू तुमच्या दुकानातून मी महिन्याभरापूर्वी विकत घेतली होती. आज आम्ही बॉक्स उघडून पाहिलं, तर ती वस्तू तुटलेली आढळली." यावर काऊंटरवर बसलेला मनुष्य म्हणतो, "अरेरे, तुम्हाला विनाकारण झालेल्या त्रासाबद्दल आम्ही अत्यंत दिलगीर आहोत. दोनच दिवसांत आम्ही ही वस्तू तुम्हाला बदलून देऊ."

दुकानदाराचं उत्तर ऐकून आपल्याला थोडासा दिलासा मिळतो, परंतु आपला श्वासोच्छ्वास मात्र स्थिर होऊ शकत नाही. आपण भीतभीतच दुकानदाराला म्हणतो, "अहो, याची पावतीही माझ्याकडून गहाळ झाली आहे." यावर दुकानदार म्हणतो, "काही हरकत नाही, आमचा तुमच्यावर पूर्ण विश्वास आहे. पावतीची काहीही गरज नाही."

दुकानदाराचं हे उत्तर ऐकताच आपण सुटकेचा एक सखोल, मोकळा श्वास घेतो. दुकानदाराच्या या प्रेमळ आणि आश्वासक वक्तव्याने आपल्या जिवात जीव येतो, ज्यायोगे आपल्यात कृतज्ञतेचे भाव निर्माण होतात. अशा प्रकारे तिथे प्रेम आणि विश्वासाचे ऋणानुबंध निर्माण होतात.

अगदी अशाच प्रकारे आपणसुद्धा जेव्हा एखाद्यावर विश्वास व्यक्त करत त्याच्याशी प्रेमाने संवाद साधतो, तेव्हा ती समोरची व्यक्तीही निश्चिंत होऊन समाधानपूर्वक मोकळा श्वास घेऊ लागते. याउलट आपण जेव्हा कठोर शब्दांत अद्वातद्वा बोलतो, तेव्हा समोरच्या व्यक्तीची धडधड वाढू लागते. म्हणून आपण नेहमी अशा भाषेचा उपयोग करायला हवा, जी ऐकून लोकांना दिलासा मिळू शकेल, त्यांना समाधानाने आणि मोकळा श्वास घेता येऊ शकेल.

आणखी काही उदाहरणांद्वारे ही गोष्ट आपण समजून घेऊ.

- समजा, एखाद्या मुलाला काही कारणास्तव आपल्या वडिलांचा विश्वास राखता आला नाही आणि त्यामुळे त्याला स्वतःचीच लाज वाटू लागलीय, हे वडिलांच्या लक्षात आलं. अशावेळी मुलाच्या चेहऱ्यावरील तणाव आणि अस्वस्थता पाहून रागावण्याऐवजी त्यांनी जर श्वासकृत भाषेचा उपयोग केला, तर त्याच्या खांद्यावर हात ठेवून, त्याला दिलासा देत ते म्हणतील, ''काही हरकत नाही, मला माहीत आहे, तुझ्याकडून ही चूक घडलीय, परंतु मला हेदेखील माहीत आहे, की यापुढे तू कधीही माझ्या विश्वासाला तडा जाऊ देणार नाहीस.'' वडिलांच्या या आश्वासक शब्दांनी मुलाला खूपच हायसं वाटेल. दिलासा देणारा त्यांचा हा उपदेश त्याला पुन्हा एका नव्या वळणावर नेण्यासाठी प्रोत्साहित करू शकेल.

- एखाद्या कर्मचाऱ्याकडून ऑफिसमध्ये त्याच्या कामात काही चूक घडू शकते. ही चूक जेव्हा त्याच्या वरिष्ठांच्या लक्षात येते, तेव्हा ते त्या कर्मचाऱ्याला आपल्या कक्षात बोलावतात. खरंतर सदर कर्मचारी हा नेहमी अतिशय प्रामाणिकपणे काम करत असतो, हे त्या वरिष्ठांना माहीत असतं. आता जेव्हा तो कर्मचारी वरिष्ठांसमोर उभा असतो, तेव्हा तो फार घाबरलेला असतो. आता नक्कीच काही कठोर, तिखट शब्द ऐकावे लागतील, अशी भीती त्या कर्मचाऱ्याला वाटते. त्याच्या छातीत धडधड होऊ लागते, तो श्वास रोखून धरतो. खरंतर अशा वेळी ते अधिकारी त्या कर्मचाऱ्याला रागावूही शकले असते; पण त्यावेळी त्यांनी श्वासकृत भाषेचा उपयोग केला आणि ते म्हणाले, ''तुम्ही तुमचं काम अतिशय

प्रामाणिकपणे आणि जबाबदारीने करता, याची मला चांगलीच कल्पना आहे. त्यामुळे इथून पुढे तुम्ही तुमचं काम आणखी सजगतेने, कोणतंही नुकसान होऊ न देता करावं, अशी माझी प्रामाणिक इच्छा आहे.''

आता या शब्दांचा त्या कर्मचाऱ्यावर काय परिणाम होईल बरं? यापुढे अशी चूक त्याच्याकडून कदापि घडणार नाही याची शाश्वती देत, सुटकेचा निःश्वास सोडत तो बाहेर येईल. त्याच्याकडून चूक घडली असतानाही त्याच्यावर विश्वास दाखवला गेल्याने आपल्या उच्चाधिकाऱ्यांविषयी आणि कंपनीविषयी त्याची निष्ठा वाढेल. त्याला प्रेरणा मिळेल आणि त्याचं मनोबलही उंचावेल. साहजिकच तो अतिशय उत्तमप्रकारे काम करेल.

'आमचा तुमच्यावर विश्वास आहे,' श्वासकृत भाषेतील उत्तम उदाहरण म्हणजे हे वाक्य होय! तुम्हाला जीवनात अशा कितीतरी संधी मिळतील, जिथे तुम्ही अविश्वास व्यक्त करू शकता. परंतु आता त्याची गरज भासणार नाही. अविश्वास दाखवण्याऐवजी जर विश्वास दाखवला, तर तुमचं फारसं नुकसान होणार नाही, उलट भरपूर लाभच होईल. शिवाय, असं केल्याने समोरच्या माणसाला प्रेरणा मिळू शकेल, त्याचं मनोबल वाढू शकेल, कौटुंबिक नात्यांमध्ये प्रेम आणि विश्वास वृद्धिंगत होऊ शकेल. व्यावसायिक नातेसंबंधांमध्ये विश्वासार्हता आणि निष्ठा तयार होऊ शकेल.

'आमचा तुमच्यावर विश्वास आहे.' (I trust you) हे वाक्य ऐकताच मनुष्य सुटकेचा निःश्वास सोडतो, त्याला दिलासा मिळतो. यासाठीच हे वाक्य श्वासकृत भाषेचा महत्त्वपूर्ण हिस्सा आहे. पुढे अशी काही वाक्यं दिली आहेत, ज्यांचा श्वासकृत भाषेत उपयोग केला जाऊ शकतो.

१. **मला समजतंय** (I totally understand)

'इतरांनी मला समजून घ्यावं, माझ्या भावना जाणाव्यात,' अशी बहुसंख्य लोकांची इच्छा असते. म्हणून त्यांचं बोलणं लक्षपूर्वक ऐकून, ते समजून घेण्याचा प्रयत्न करायला हवा. शिवाय त्यांना सांगायला हवं, 'मला तुमचं मनोगत समजतंय.' हे लहानसं वाक्य ऐकूनही लोकांना दिलासा मिळतो, समाधान मिळतं.

✳ तुम्हाला काय म्हणायचंय, हे मला समजलंय.

✳ तुमची अवस्था मला समजतेय.

२. **तुम्ही योग्य आहात** (You are right)

हे एक आश्चर्यकारक वाक्य आहे, जे ऐकण्यासाठी प्रत्येकाचे कान आसुसलेले

असतात. कारण प्रत्येक मनुष्य हा नेहमी स्वतःला योग्यच समजत असतो. मग जेव्हा तुम्हीदेखील त्याला 'तुम्ही योग्य आहात' असं म्हणता, तेव्हा त्याचा तुमच्यावर असलेला विश्वास वृद्धिंगत होतो आणि तो स्वीकाराची भावना अनुभवतो.

* तुमच्या दृष्टिकोनातून तुमचं योग्य आहे; पण आपल्याला नियमानुसारच वागावं लागेल.

* तुम्ही योग्यच सांगत आहात; परंतु हीच गोष्ट तुम्ही शांतपणे, न रागावताही सांगू शकता.

* तुमचं योग्य आहे; परंतु तुम्ही समोरच्या माणसाचा दृष्टिकोनही समजून घेण्याचा प्रयत्न करायला हवा. कारण त्याच्या ठिकाणी तोदेखील योग्यच आहे.

* तुमची सूचना योग्य आहे; परंतु या परिस्थितीत ती अधिक उपयुक्त ठरणार नाही.

३. **मी तुमच्यासोबत आहे** (I am with you)

* चिंता करु नका, मी तुमच्यासोबत आहे.

* घाबरू नका, मी तुमच्यासोबत आहे.

* काहीही घडलं तरी, कोणत्याही परिस्थितीत मी तुमच्यासोबत आहे.

* तुमच्या या निर्णयाशी मी नेहमीच सहमत असेन.

* मी तुमचा हितचिंतक आहे.

ही वाक्यं अशी आहेत, जी ऐकून समोरच्याला दिलासा मिळतो आणि मग तो निश्चिंत होतो. सुसंवादाची ही अशी पद्धत आहे, जी जगभरात लोकप्रिय आहे. यात बोलणारा आणि ऐकणारा या दोघांनाही दिलासा मिळतो. बहुराष्ट्रीय कंपन्यादेखील त्यांच्या कर्मचाऱ्यांना या भाषेचा उपयोग करण्यासाठी प्रशिक्षण देतात. लोकांशी सुदृढ नातेसंबंध प्रस्थापित करणे या भाषेमुळे सहज शक्य होतं. या भाषेचा उपयोग जर तुम्ही तुमच्या कुटुंबीयांशी, नातेवाइकांशी आणि सहकाऱ्यांशी बोलताना केला, तर तुमचं सर्वांशी असलेलं नातं पूर्वीपेक्षा अधिक घट्ट होत जाईल.

एक वाईट शब्द, सर्व चांगल्या परिणामांना
क्षणार्धात वाइटात बदलू शकतो.

– तिरुवल्लुवर

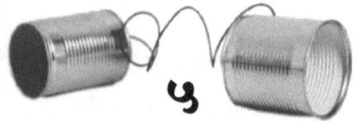

'आपण' आणि 'तुम्ही' या शब्दांचा योग्य उपयोग

'तुम्ही किती जाणकार आहात, याची लोकांना पर्वा नसते; पण तुम्ही त्यांची किती पर्वा करता, हे त्यांना जाणायचं असतं.'

अमेरिकेचे २६ वे राष्ट्राध्यक्ष थिओडोर रुजवेल्ट यांचं हे प्रसिद्ध वाक्य आहे. तुम्ही लोकांची किती पर्वा करता, हे त्यांना तुमच्या ज्ञानापेक्षा जास्त आवडत असतं, असं या वाक्यातून रुजवेल्ट यांना सांगायचं आहे.

विचार करा, एखादा मनुष्य तुमच्याशी बोलतोय; पण त्याचं संपूर्ण लक्ष स्वतःवरच केंद्रित असेल, तर असं संभाषण तुम्हाला आवडेल का? नाही ना? परंतु तो जर तुमच्याकडे लक्ष देऊन तुमच्याविषयी काही सांगत असेल, तर निश्चितच त्याचं बोलणं ऐकायला तुम्हाला आवडेल. तुमच्या संभाषणात तुम्ही या तंत्राचा आवर्जून उपयोग करायला हवा. मात्र याचा अर्थ असा नव्हे, की तुम्ही तुमच्या संवादाचा विषय बदलून केवळ समोरच्या मनुष्याविषयीच बोलायचंय, तर अशावेळी तुम्हाला केवळ 'मी/आपण' आणि 'तुम्ही/आपण' या शब्दांचा योग्य

रीतीने उपयोग करायचा आहे. याचाच अर्थ, आपण समोरच्या व्यक्तीकडे लक्ष देत आहोत, त्याच्याबद्दल आस्था दाखवत आहोत, याची जाणीव त्याला व्हायला हवी.

कसं ते आपण पुढील उदाहरणाद्वारे समजून घेऊया –

समजा, तुम्ही एखाद्या हॉटेलमध्ये गेलात आणि वेटरला म्हणालात, 'एक प्लेट इडली द्या.' त्यावर वेटर तुम्हाला विचारतो, 'आमच्याकडे तीन प्रकारची इडली आहे, त्यांपैकी आपल्याला कोणती देऊ?' हे ऐकून तुम्ही, तुम्हाला जी हवीय त्या इडलीची ऑर्डर देता आणि वेटरही ती आणून देतो.

मग एखाद्या दिवशी तुम्ही पुन्हा त्याच हॉटेलमध्ये जाता; पण या वेळी ऑर्डर घेण्यासाठी दुसरा वेटर येतो. मग त्याला तुम्ही इडली आणायला सांगता. तोदेखील पूर्वीच्या वेटरप्रमाणेच प्रश्न विचारतो, परंतु थोड्याशा वेगळ्या प्रकारे, 'सर, आमच्याकडे तीन प्रकारची इडली आहे, त्यातील तुम्हाला कोणती आवडेल?'

दोन्ही वेटर्सनी एकच प्रश्न विचारला होता, परंतु कुणाच्या भाषेत आदर आणि विनम्रता दिसत होती? हा फरक अतिशय सूक्ष्म आहे, तरीदेखील तुम्हाला कुणाची भाषा अधिक आवडेल? निश्चितपणे दुसऱ्या वेटरचीच भाषा अधिक आवडेल ना?

हीच बाब आपण आणखी एका उदाहरणाद्वारे समजून घेऊया.

समजा, एखाद्या प्रोजेक्टवर तुम्ही एकटेच काम करत आहात. त्यात काही लोकांनी तुम्हाला थोडंसं साहाय्य केल्याने यशही मिळालं, तेव्हा तुम्ही त्यांच्याविषयीची कृतज्ञता कशी व्यक्त कराल बरं? 'हे काम माझ्या कष्टामुळे पूर्ण झालं' असं म्हणाल, की 'सर्वांच्या परिश्रमाने, सहकार्याने हे काम पूर्ण झालं' असं म्हणाल? मग भलेही जास्तीत जास्त प्रोजेक्ट तुम्ही पूर्ण केला असेल. परंतु श्रेय घेताना 'आपण' या शब्दाचा उपयोग करून तुम्ही स्वकेंद्रित व्यक्ती नसून इतरांचीदेखील पर्वा करता, हेच दर्शवत असता.

'मी'च्या जागी 'आपण'वर भर दिल्यास आपल्या संवादात कोणतं परिवर्तन घडतं, हे आता आपण पाहूया –

१. **'मी'शी संबंधित विचारधारणा :** मला असं वाटतं, की नवीन सवलत योजना तुम्हाला निश्चितच आवडेल.

'आम्ही'शी संबंधित विचारधारणा : आम्हाला असा विश्वास आहे, की तुम्हाला आमची नवी डिस्काउंट पॉलिसी नक्कीच आवडेल.

२. **'मी'शी संबंधित विचारधारणा :** तुम्ही आमच्या कंपनीची निवड केली, हे ऐकून मला आनंद झाला.

'आम्ही'शी संबंधित विचारधारणा : आम्हाला आपल्या सेवेची संधी दिलीत, त्याबद्दल आभार.

३. **'मी'शी संबंधित विचारधारणा :** मी तुम्हाला १०% सूट देईन.

'आम्ही'शी संबंधित विचारधारणा : आमच्या कंपनीतर्फे तुम्हाला यात १०% सवलत मिळेल.

'आम्ही'शी संबंधित विचारधारणेमुळे समोरच्या व्यक्ती तुमचं ऐकण्यासाठी नक्कीच तयार होतील आणि त्यांच्याशी असलेले व्यावहारिक व वैयक्तिक संबंध अधिक दृढ होतील.

अशा प्रकारच्या संवादशैलीने आपल्याला सन्मान आणि महत्त्व दिलं जातंय, याची जाणीव प्रत्येक मनुष्याला, कंपनीला वा संस्थेला होते. अशा शैलीचा उपयोग बोलण्यात केला तर ऐकणाऱ्याची रुची कायम राहते आणि त्याचं लक्ष वक्त्याच्या बोलण्याकडेच केंद्रित राहतं.

'मी' या शब्दाचा उपयोग आजपर्यंत केवळ अहंकाराचं प्रदर्शन करण्यासाठीच झाला आहे, त्यामुळे हा शब्द फक्त अहंकारच दर्शवतो. यासाठीच संवाद साधताना या शब्दाचा वापर पूर्ण विचारांती आणि कमीत कमी वेळा करायला हवा.

आता आपण उलट परिस्थिती समोर ठेवून 'तुम्ही' ऐवजी 'मी अथवा आपण किंवा सर्वजण' या शब्दांचा उपयोग कधी आणि कसा करायचा, हे योग्यप्रकारे समजून घेऊया.

एखाद्याची नकारात्मक बाब किंवा चूक दाखवायची असेल, तर या नियमाचा उपयोग उलट करायला हवा. अशावेळी, 'तुम्ही' किंवा 'आपण'चा उपयोग करू नये आणि केलाच तर तो अगदी कमी करावा.

जसं- 'हे काम करताना तुम्ही सजग राहायला हवं होतं' असं म्हणण्याऐवजी, 'हे काम करताना आपण सर्वांनीच थोडी सतर्कता बाळगायला हवी होती.' किंवा

'असं काम करताना सजगता अतिशय महत्त्वाची असते.' अथवा

'असं काम करताना भविष्यात आपण सर्वजण थोडी सजगता बाळगू, जेणेकरून पुन्हा अशा चुका होणार नाहीत.'

अशा प्रकारे 'तुम्ही' या शब्दाचा उपयोग न केल्याने, समोरचा मनुष्य नाराज होणार नाही, तुमच्यावर रोष ओढवणार नाही. शिवाय, असा शब्दप्रयोग केल्याने नकारात्मक प्रतिसादाची तीव्रताही थोडी कमी होईल. परंतु तुम्हाला जो परिणाम अपेक्षित आहे, तो मिळायलाच हवा, हे लक्षात ठेवा. जसं, अशा परिस्थितीत तुमची अशी इच्छा असते, की समोरच्याने पुन्हा ती चूक करू नये. म्हणून आवश्यक परिणाम प्राप्त होण्यासाठी तुम्ही जितक्या दृढतेने प्रतिसाद देणं गरजेचं आहे, तितकी दृढता नक्की ठेवा.

या पद्धतीचा अवलंब केल्याने लोकांसोबत कार्य करताना वातावरणही चांगलं राहील आणि संबंधही चांगले राहतील. शिवाय, कुटुंबातही लोक परस्परांना योग्य प्रकारे मदत करू शकतील. अन्यथा तुम्ही चूक केली, हे ऐकून तो मनुष्य स्वतःचा मूड खराब करून घेतो आणि कामात वारंवार त्याच त्या चुका करतो. तसंच तुमच्याशी बोलायलाही तो घाबरतो. म्हणून सुसंवाद साधण्यात 'आम्ही/आपण'चा संकेत देणारी पद्धत तुम्हाला पुढेदेखील साहाय्यक ठरेल. तुमचं असं बोलणं ऐकून समोरच्या मनुष्यातही अधिक चांगल्या प्रकारे काम करण्याचा उत्साह निर्माण होईल.

───── ••• ❖ ••• ─────

उच्च विचारांची भाषादेखील सर्वोच्च असायला हवी.

–एरिस्टोफेन्स

खंड २
लोकांशी सुसंवाद कसा साधाल

'स्पीच इज सिल्व्हर, बट सायलेन्स इज गोल्डन'

अर्थात, 'वाणी ही चांदीसमान आहे, तर मौन सुवर्णासमान!'

ही म्हण बनवणाऱ्या माहात्म्यांनी निश्चितपणे आपली आंतरिक शांती म्हणजेच मौन जाणलं असेल. जगात भलेही शब्दांचं मूल्य अधिक असेल; परंतु आंतरिक स्तरावर मौनाचं महत्त्व सोन्याइतकंच आहे.

जगातील यशस्वी लोकांमध्ये नेहमीच एक सवय आढळते, ते दररोज काही वेळ मौनासाठी देतात. तसंच 'पॉवर ऑफ सायलेन्स', मौनाची शक्ती म्हणून त्या शक्तीचा ते पूर्ण लाभही घेतात.

प्रत्येक काम करण्यापूर्वी आपण जर काही वेळ मौनासाठी दिला, तर त्याचे सर्वोत्तम परिणाम जीवनात समोर येतात. मग जीवन नवीन आकार घेऊ लागतं, जीवनाला अर्थ गवसतो, मनुष्याची विचारशैली बदलून त्याचे निर्णय योग्य ठरू लागतात, जीवनाचे नवीन पैलू समोर येतात, नवनवीन शक्यता खुलतात आणि त्यानंतर तो मनुष्य योग्य दिशेने मार्गक्रमण करू लागतो.

यासाठी तुम्हीदेखील दिवसाचा काही भाग मौनासाठी राखून ठेवा. हा थोडासा वेळ तुमच्यासाठी एक मोठी इन्व्हेस्टमेंट (गुंतवणूक) ठरेल. यासोबतच तुमच्या संभाषणावरही याचा योग्य परिणाम होईल. कारण आंतरिक शांतीद्वारेच तुम्ही तुमचा सुसंवाद उत्तमप्रकारे साधू शकाल.

मनुष्य जेव्हा मौनात राहून संवाद साधतो, तेव्हा तो विचारपूर्वक आणि प्रेमभाव व्यक्त करणाऱ्या शब्दांचा उपयोग करतो. मौनरसात बुडालेले शब्द समोरच्या मनुष्याच्या चेतनेचा स्तर उंचावतात आणि त्याच्या मानसिक अवस्थेत उत्तम परिवर्तन घडवतात.

तसंच, आपण जेव्हा आंतरिक शांतीपूर्ण अवस्थेत राहून समोरच्या मनुष्याचं बोलणं लक्षपूर्वक ऐकतो, तेव्हा आपल्याला त्याची भावदशा समजते. त्यामुळे त्याच्यातही काही बदल घडतात, त्याला आनंद मिळू लागतो. मग तुमच्यामुळे जर इतरांना आनंद लाभत असेल, तर यापेक्षा चांगला सुसंवाद आणखी कोणता बरं असू शकेल?

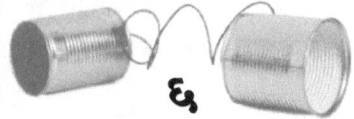

६

प्रशंसा कशी कराल?

तुम्ही जर तुमच्या वाणीवर कार्य करण्याचा ठाम निर्धार केला असेल, तुमच्या वाणीत गोडवा यावा अशी तुमची इच्छा असेल, तर हे कौशल्य शिकणं तुमच्यासाठी अतिशय महत्त्वाचं आहे. एखाद्याची प्रशंसा करणं अगदी सर्वसामान्य बाब आहे, मग यात कसलं आलंय कौशल्य, असाही विचार तुम्ही करू शकता. मात्र, समोरच्या मनुष्याला समजून घेऊन योग्य वेळी त्याची स्तुती करणं, हेदेखील एक कौशल्यच आहे. पण कित्येक लोक इतरांची प्रशंसाच करू शकत नाहीत. असं करताना त्यांच्या मनात अवरोध निर्माण होतो. मग ते सबबी सांगतात, 'मी तर असाच आहे... जास्त स्तुती केल्याने लोक डोक्यावर बसतात... प्रशंसा करणं आवश्यक नसतं...' वगैरे. परंतु वास्तव हे आहे, की योग्य वेळी समोरच्या माणसाची प्रशंसा न केल्याने तुम्ही एक महत्त्वपूर्ण संधी गमावत असता. तुमच्या एका स्तुतिसुमनाने समोरच्याला प्रेरणा मिळू शकते, त्याच्यात काम करण्याचा उत्साह येऊ शकतो, त्याचा आत्मविश्वास वाढू शकतो, तसंच तुमचं त्याच्याशी असलेलं नातं अधिक दृढ होऊ शकतं.

मात्र तुम्ही एकाच पद्धतीने प्रत्येकाची प्रशंसा करू शकत नाही, म्हणूनच त्याला कौशल्य असं म्हटलं जातं. प्रसंगानुरूप, व्यक्तीनुरूप तुम्हाला स्तुती करण्याच्या पद्धतींमध्ये बदल करावा लागतो. जसं, तुमच्यासाठी काम करणाऱ्या कर्मचाऱ्यांची किंवा तुमच्यासोबत काम करणाऱ्या सहकाऱ्यांची तुम्ही ज्या पद्धतीने प्रशंसा करता, तशी तुमच्या बॉसची करू शकत नाही. बॉसच्या बाबतीत तुम्हाला काही गोष्टींचं भान राखावं लागतं. 'कार्याप्रति तुमचं समर्पण पाहून खूप छान वाटलं,' असं तुम्ही तुमच्या कर्मचाऱ्यांना म्हणू शकता; परंतु बॉसला म्हणू शकत नाही. 'तुमची काम करण्याची पद्धत पाहून आम्हाला प्रेरणा मिळते' किंवा 'तुमच्याकडून मला खूप काही शिकायला मिळतं' असं मात्र बॉसला नक्कीच म्हणू शकता.

अशाच प्रकारे तुम्ही लहान मुलांची ज्या पद्धतीने स्तुती करता, त्याच पद्धतीने घरातील अन्य लोकांची करू शकत नाही. यात प्रावीण्य मिळवण्यासाठी काही काळ तुम्हाला जागरूकतेने सराव करावा लागेल, त्यासाठी लोकांचा स्वभाव समजून घ्यावा लागेल. त्यानंतर काही प्रयोग करून पाहावे लागतील. यासाठी कधी तुम्ही त्यांची प्रत्यक्षरीत्या प्रशंसा करा, तर कधी अप्रत्यक्षरीत्या. कधी संपूर्ण टीमसमोर प्रशंसा करा, तर कधी एकटे असताना. कधी कुटुंबातील सर्व सदस्यांसमोर प्रशंसा करा, तर कधी ज्याच्याबद्दल समोरच्या मनुष्याला आदर आहे, अशा व्यक्तीसमोर त्याचं कौतुक करा. परिणामी या सर्व पद्धतींचे लाभ वेगवेगळ्या प्रकारे मिळतात, हे तुम्ही शिकाल. असं करताना सुरुवातीला कदाचित तुम्हाला थोडासा संकोच वाटेल, परंतु निरंतर सरावाने काही कालावधीतच तुम्ही हे कौशल्य प्राप्त कराल. त्यानंतर लोकांची दिलखुलासपणे प्रशंसा करणं हे तुम्हाला अतिशय सहज वाटेल.

आपले कौतुकाचे शब्द मुलांचा आत्मविश्वास वृद्धिंगत करतात, त्यांची आत्मप्रतिमा उंचावण्यासाठी साहाय्यक ठरतात. याद्वारे तुम्ही लोकांचा उत्साह वाढवून त्यांच्या कष्टाचा आदर करता, त्यांच्यात काही वैशिष्ट्य आहे, याची जाणीव त्यांना करून देता. तुम्ही जेव्हा इतरांची स्तुती करता, तेव्हा त्यांना तुमच्यातील काही चांगल्या बाबी समजतात. जसं, तुम्हाला त्यांच्याबाबतीत अमुक सकारात्मक बाब जाणवते, तुम्ही त्यांचे हितचिंतक असून त्यांचा विकास व यश पाहून तुम्हाला आनंद मिळतो, म्हणून त्यांची प्रशंसा करून त्यांना आनंदी करणं, ही तुमची भावना आहे. या गोष्टींचा सकारात्मक परिणाम तुमच्या नातेसंबंधांवर होतो. यासाठी संभाषण कौशल्य प्राप्त करणं अत्यंत आवश्यक आहे.

हे कौशल्य प्राप्त करताना एक महत्त्वपूर्ण नियम लक्षात ठेवायला हवा. तो म्हणजे, तुम्ही सदैव तुमची भावना शुद्ध ठेवायला हवी. समोरचा मनुष्य अशुद्ध भावना त्वरित हेरतो. तुम्हाला वाटतं, 'अरे वा! मी किती सफाईदारपणे खोटं बोललो.' परंतु असं करून खरंतर तुम्ही तुमचीच विश्वासार्हता गमावता आणि स्वतःचं अधिक नुकसान करून घेता.

चला तर, याची गहनता समजण्यासाठी आपण प्रशंसा करण्याचं कार्य तीन मुख्य पद्धतींमध्ये विभाजित करून, काही उदाहरणांद्वारे याचा अभ्यास सुरू करूया.

१. **कार्याची प्रशंसा :** लहान मुलं असोत, कुटुंबातील सदस्य असोत, किंवा कार्यक्षेत्रातील तुमचे कर्मचारी वा सहकारी असोत, त्यांना प्रेरणा मिळण्यासाठी त्यांच्या कार्याची प्रशंसा करणं ही अतिशय उत्तम पद्धत आहे. तुम्ही त्यांच्या कष्टाची दखल घेतली, ही बाब कित्येक लोकांसाठी महत्त्वपूर्ण असते. जे लोक परिश्रम करतात, त्यांना त्यांच्या कामाची कदर केली जावी, अशी इच्छा असते. तुमच्या कौतुकभरल्या एका वाक्याने त्यांना पूर्णता लाभते. मुलांच्या बाबतीत ही पद्धत अतिशय परिणामकारक ठरते. त्यांच्या उचित कार्याची योग्य प्रमाणात स्तुती करायला हवी. त्यांचा विकास होण्यासाठी तुम्ही त्यांना केवळ मार्गदर्शनच करत नाही, तर महत्त्वही देता, याची जाणीवही करून देता यायला हवी. हे त्यांच्या विकासासाठी अतिशय उपयुक्त ठरतं.

खाली दिलेल्या काही वाक्यांद्वारे तुम्ही हा सराव सुरू करू शकता.

- तुमचं आजचं प्रेझेंटेशन अतिशय छान होतं.
- या प्रोजेक्टची संपूर्ण जबाबदारी तुम्ही अतिशय चांगल्या पद्धतीने सांभाळली, याचा मला खूप आनंद झाला.
- तुमचं कामच तुमच्याविषयी सांगत असतं; किती कौशल्यपूर्ण, व्यवस्थित आणि परिणामकारक आहे! व्वा खूपच छान!
- कमाल आहे! इतक्या पाहुण्यांचा स्वयंपाक तुम्ही एकट्यानेच कसा काय केला? व्वा! ही खरंच प्रशंसनीय गोष्ट आहे.
- हे पेंटिंग तर अतिशय मोहक आहे.
- तुमच्यात तर कोणाच्याही पुढे जाण्याची कला उपजतच आहे; परंतु या वेळी तर तुम्ही वेळेलाही मागे टाकलं. व्वा, खूपच छान!

- इतके चांगले गुण मिळवलेस! तू तर खूपच हुशार आहेस. शाब्बास!

- शाब्बास! तू तुझ्याबरोबर लहान बहिणीसाठीही चमचा आणलास. तू खरोखरंच चांगला आणि काळजी घेणारा मुलगा आहेस.

- काल तू योग्यवेळी टीव्ही बंद करून झोपायला गेलास, ही स्वयंशिस्त मला खूपच आवडली.

२. **गुणांची प्रशंसा :** तुम्ही जेव्हा लहान मुलांच्या गुणांची प्रशंसा करता, तेव्हा मुलं स्वतःमधील गुण ओळखायला सुरुवात करतात. त्यांची आत्मप्रतिमा चांगली बनवण्याची ही उत्कृष्ट पद्धत आहे. त्यांच्या लहानसहान गुणांवर त्यांचं लक्ष केंद्रित करून, नकळतपणे त्या गुणांचं संवर्धन करण्यास तुम्ही त्यांना अशाप्रकारे साहाय्यच करत असता.

खाली दिलेल्या काही वाक्यांनी तुम्ही याचा सराव करू शकता.

- तुमचा दांडगा उत्साह मला खूप आवडतो.

- तुमची विनोदबुद्धी (सेन्स ऑफ ह्यूमर) अतिशय चांगली आहे.

३. **व्यक्तिमत्त्व किंवा वस्तू यांची प्रशंसा :** क्षणभर विचार करा, तुमच्या ऑफिसमध्ये एका सहकाऱ्याने नवीन बूट घातले आहेत. त्यांचा रंग अतिशय आकर्षक आहे. तुम्ही जर ही बाब त्याला शब्दांत सांगितली, तर त्या मनुष्यावर याचा काय परिणाम होईल? निश्चितपणे त्याला चांगलंच वाटेल. तुम्ही जेव्हा लोकांच्या व्यक्तिमत्त्वाची, वस्तूंची किंवा त्यांनी जे प्राप्त केलंय त्याची स्तुती करता, तेव्हा त्यांना मनोमन आनंद होतो. त्याही पुढे जाऊन तुम्ही जेव्हा त्यांना म्हणता, 'या पेहरावात तुमचं व्यक्तिमत्त्व खूपच रुबाबदार दिसतंय,' तेव्हा अशा प्रशंसेने कित्येक लोक भारावून जातात.

समोरील मनुष्याने जे साध्य केलंय, त्याचं तुम्हाला कौतुक असून, त्याच्या आनंदात आणि उन्नतीत तुम्हीही प्रसन्न आहात, सहभागी आहात, हेच अशी वाक्यं दर्शवतात. नातेसंबंध अधिक दृढ बनवण्यासाठी पुढाकार घेऊन उचललेलं हे अतिशय महत्त्वपूर्ण पाऊल आहे.

खाली दिलेल्या काही वाक्यांनी तुम्ही याचा अभ्यास सुरू करू शकता.

- हा शर्ट तुम्हाला खूपच शोभून दिसतो.

- तुमचं हास्य अतिशय मनमोहक आहे.

यासोबतच - वा-वा!, आहा!, अतिसुंदर!, ग्रेट!, अप्रतिम!, अद्भुत!, उत्तम!, खूपच छान!, शाब्बास! इत्यादी शब्दांचादेखील उपयोग तुम्ही सतत करत राहायला हवं.

संभाषण कौशल्यात तुम्हाला जर आता सकारात्मक शब्दांचा परिणाम समजला असेल, तर तुम्ही सुसंवादाचा पहिला टप्पा पार केलाय, असाच याचा अर्थ होतो.

प्रेरणायुक्त काही शब्दही कित्येकदा एखाद्याच्या यशापयशाच्या तराजूचा समतोल साधू शकतात.

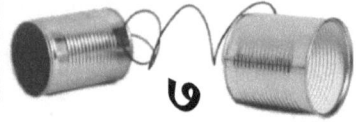

७

लोकांच्या आत्मप्रतिमेची काळजी घेणं आवश्यक का ठरतं

लोकांच्या मनात आपली प्रतिमा चांगली असावी, अशी प्रत्येकाचीच इच्छा असते. आपली चुकीची प्रतिमा लोकांच्या मनात निर्माण व्हावी, असं कुणालाही वाटत नाही. म्हणूनच स्वतःची बाह्यप्रतिमा जपण्याचा प्रयत्न प्रत्येकजण नेहमी करत असतो.

मात्र, बाह्यप्रतिमेबरोबरच मनुष्याच्या मनात एक आत्मप्रतिमादेखील (सेल्फ इमेज) निर्माण झालेली असते. त्याच प्रतिमेद्वारे तो स्वतःला 'योग्य' समजत असतो. कारण स्वतःला चुकीचं समजण्याची इच्छा कोणालाच नसते. कारागृहातील बहुतांश बंदिवानदेखील स्वतःला योग्यच समजत असतात. तुमचा अपराध तुम्हाला मान्य आहे का, असं जर त्यांना विचारलं गेलं, तर आपल्या अपराधाचा स्वीकार करण्याऐवजी, प्राप्त परिस्थितीत आपल्या हातून जे घडलं, त्याचंच समर्थन ते करतात आणि सारा दोष त्या विपरीत परिस्थितीलाच देतात.

स्वतःला सदैव योग्य समजण्यासह मनुष्य स्वतःला बुद्धिमान, दयावान,

ताकदवान, मेहनती, गुणवंत, यशस्वी, न्यायाची बाजू घेणारा असंही समजू शकतो. अशा स्थितीत त्याच्या मनात निर्माण झालेल्या या प्रतिमेवर जेव्हा आघात होतो, तेव्हा तो आघात त्याला स्वतःवरच झाल्यासारखा भासतो. कारण त्याची ओळख तर त्याच्या या आत्मप्रतिमेशीच निगडित असते, तिच्याशिवाय स्वतःच्या अस्तित्वाची कल्पनाच तो करू शकत नाही.

म्हणूनच त्याच्या आत्मप्रतिमेवर जेव्हा कोणाकडून आघात होतो, तेव्हा त्या परिस्थितीत त्याला अधिकतर तीनच पर्याय दिसतात.

पहिला पर्याय – समोरच्याच्या मताचा स्वीकार करून आपल्या आत्मप्रतिमेत सुधारणा करणे. परंतु ही गोष्ट त्याला मरणप्राय वाटू शकते, कारण असं करण्यासाठी आधी त्याला त्याच्या अहंकाराचा बळी द्यावा लागतो.

दुसरा पर्याय – समोरच्या व्यक्तीला विरोध करून, त्याला चुकीचं सिद्ध करणे.

तिसरा पर्याय – समोरची व्यक्ती मूर्ख आहे असं समजून शांत राहणे, परंतु मनातून मात्र त्याच्याविषयी द्वेषभावना बाळगणे. कारण समोरच्या व्यक्तीने त्याच्या अस्तित्वावरच हल्ला चढवलेला असतो, त्यामुळे साहजिकच द्वेषभावना निर्माण होऊ लागते.

आता आपल्या लक्षात आलं असेल, की बहुतांश लोक वरील तीन पर्यायांचीच निवड करतात. अशा स्थितीत आपलं मनोगत समोरच्या व्यक्तीपर्यंत योग्य पद्धतीने पोहोचू शकत नाही. मात्र, कोणताही मनुष्य कधीच चुकीचा नसतो, तर त्याच्या सवयी, त्याची संगत अथवा त्यावेळची परिस्थिती चुकीची असू शकते, याचं भान बाळगूनच आपल्याला संभाषण करावं लागेल. समन्वय साधताना हीच गोष्ट समोरच्या व्यक्तीपर्यंत, त्याच्या आत्मप्रतिमेला कोणताही धक्का न लावता पोहोचवायची आहे.

लोकांची आत्मप्रतिमा सांभाळून त्यांच्याशी संवाद साधण्याचं कौशल्य जर आपल्याला अवगत नसेल, तर संवाद साधण्यात आलेल्या अपयशास आपल्यातील ही कमतरताच जबाबदार असेल.

लोकांशी समन्वय साधताना कोणत्या शब्दांनी त्याच्या आत्मप्रतिमेला ठेच पोहोचते, याचं निरीक्षण करावं लागेल. हे निरीक्षण केल्यानंतर कितीतरी रहस्यं तुमच्यासमोर उलगडतील. त्यासाठी केवळ काही शब्दांचा प्रयोग बदलला, तर समोरच्या मनुष्याची आत्मप्रतिमा सांभाळूनही यशस्वी संभाषण करणं सहज शक्य आहे.

आणखी एका उदाहरणाद्वारे ही गोष्ट आपण समजून घेऊया.

एकदा वडिलांना आपला मुलगा काही मित्रांच्या संगतीत राहून सिगारेट ओढू लागलाय, हे समजलं. एके दिवशी ते मुलाला म्हणाले, ''तू केव्हापासून सिगारेट ओढू लागलास? तू अयोग्य मुलांच्या संगतीत राहून त्यांच्यासारखाच बनशील, हे मी तुला आधीच सांगितलं होतं. बघ, आज तुझ्यात आणि त्यांच्यात काही फरक आहे का? तू रिकामटेकडा आणि उडाणटप्पू बनला आहेस. भविष्यात आणखी कोणते दिवे लावणार आहेस कोण जाणे! मात्र आजपासून तू सिगारेटला कधीही हात लावू नकोस आणि अयोग्य मित्रांची संगत कायमची सोडून दे.''

आता या शब्दांचा मुलावर काय परिणाम होईल बरं? अयोग्य आणि वाईट मुलांच्या नादी लागून 'तू व्यसनी आणि वाईट बनला आहेस' असंच अप्रत्यक्षपणे वडील मुलाला म्हणाले. हा एकप्रकारे मुलाच्या अहंकारावर झालेला आघातच होता. मग एखाद्याच्या अहंकाराला ठेच पोहोचल्यावर तो चुकीचं वागतोय, हे समजत असूनही तो जाणूनबुजून अयोग्य मार्गाने जातो. अशा रीतीने त्याचं नुकसानच होतं.

मात्र, त्याने जर दुसरा पर्याय निवडला आणि वडील जे काही बोलले त्याचा अस्वीकार करून त्यांचा विरोध केला, तर 'मीही वाईट नाही आणि माझे मित्रही वाईट नाहीत. आम्ही तर एकमेकांच्या मदतीसाठी सदैव तत्पर असतो. आम्ही कधी एकमेकांची साथ सोडत नाही,' असा विचार तो करतो. अशाप्रकारे तर्कशुद्ध युक्तिवाद करून, आपण स्वतः तर चुकीचे नाही, चांगलेच आहोत आणि आपले मित्रही चांगलेच आहेत, हे सिद्ध करण्याचा तो अटोकाट प्रयत्न करतो. त्यानंतरही वडिलांनी उपदेश देणं सुरूच ठेवलं, तर तो त्यांच्याशी भांडण करतो, त्यांच्यापासून दूर राहायला सुरुवात करतो. अशा प्रकारे या परिस्थितीत सुसंवाद साधण्याचा उद्देश यशस्वी होण्याची शक्यता फार कमी असते.

तिसरा पर्याय निवडून तो गप्प बसला, तर आयुष्यभर मुलगा आणि वडील यांच्या नात्यात कटुता राहील, दुरावा निर्माण होईल.

अशा स्थितीत मुलाने योग्य गोष्टीची निवड करावी अशी वडिलांची इच्छा असेल, तर प्रथम स्वतःच्या संभाषणात बदल घडवावा लागेल. मुलगा चुकीचा नसून त्याची सवय चुकीची आहे, हे प्रथम त्यांना समजून घ्यावं लागेल. त्यामुळेच मुलाला तो स्वतः योग्य असून वडीलही चुकीचे नाहीत, मात्र माझी सवय चुकीची आहे, हे समजेल.

चला तर, आता आपण त्या मुलाच्या वडिलांनी दुसऱ्या पद्धतीने कसं समजावलं, हे जाणून घेऊया. -

वडील मुलाला जवळ बोलावून त्याला सांगतात, ''तू सिगारेट ओढायला सुरुवात केली आहेस, हे मला समजलंय. सिगारेट किती वाईट आहे, हे तुला माहीत आहे का? सिगारेटमुळे कित्येकांना अपाय झाल्याचं मी स्वतः पाहिलंय. (ते सिगारेटचे सर्व दुष्परिणाम त्याला सांगतात.) तू चांगला मुलगा आहेस. परंतु सिगारेटची ही सवय आरोग्यासाठी अतिशय घातक आहे, ही सवय तुझ्याकडून अयोग्य कामंदेखील करवून घेईल. तू वाईट नाहीस, पण सिगारेट निश्चितच वाईट आहे. म्हणून ती त्वरित सोडून दे. तुझ्या मित्रांसोबत राहून जर तुला हे कठीण वाटत असेल, तर तू त्यांची संगतच सोडून दे. असं केलंस तर तू नक्कीच अशा चुकीच्या गोष्टींपासून दूर राहू शकशील.''

या संवादात कुठेही मुलाला, तू वाईट अथवा चुकीचा आहेस असं म्हटलेलं नाही, तर सिगारेट आणि ती ओढण्याची सवय चुकीची आहे, असंच सांगितलं गेलंय. इथे त्याची आत्मप्रतिमा बिघडवण्याचा जराही प्रयत्न झालेला नाही, त्यामुळे मुलगा वडिलांचं म्हणणं स्वीकारून त्यानुसार कार्य करण्याची शक्यता अधिक आहे.

लोकांची आत्मप्रतिमा सांभाळत असताना, कोणताही मनुष्य चुकीचा अथवा वाईट नाही, तर त्याच्या क्रिया, सवयी किंवा वृत्ती चुकीच्या असतात, हे वास्तव लक्षात ठेवायचं आहे आणि म्हणूनच त्या सुधारल्याही जाऊ शकतात. कित्येक संत-महात्मे यांच्याकडूनही आपण हे ऐकतो, की 'लोकांना दूर करू नका, तर त्यांच्यातील वाईटपणा दूर करा.'

वाईटपणातून मुक्त होणं, हे नक्कीच आपल्या हातात आहे, ही समज अंगीकारायला हवी. तसेच, लोकांच्या आत्मप्रतिमेची काळजी घेत, 'तू वाईट नाहीस; पण तुझ्याकडून जी क्रिया घडली, माझ्या मते ती चुकीची आहे, ती वाईट आहे... यश मिळवणं अत्यंत सोपं आहे, त्यासाठी तुला फक्त आळशीपणा सोडावा लागेल... तुझ्यात निष्काळजीपणा नाही, परंतु या कामाचं स्वरूपच असं आहे, की यात अगदी लहानशी चूकदेखील खूप मोठं नुकसान करू शकते. म्हणून इथून पुढे अधिक सजग राहायला हवं...' अशाप्रकारे आपलं संभाषण करता यायला हवं.

अशा प्रकारे तुम्ही जेव्हा लोकांना त्यांच्या चुका किंवा वाईट सवयी यांपासून वेगळं समजून त्यांच्याशी संवाद साधता, तेव्हा केवळ त्यांची आत्मप्रतिमाच जपत नाही, तर चुकीच्या सवयीतून बाहेर पडण्याचा विश्वासही त्यांच्यात जागृत करता. यासोबतच, लोकांना चुकीचं ठरवण्याऐवजी त्यांच्या क्रिया किंवा सवयी चुकीच्या आहेत, असं सांगून सकारात्मक पद्धतीने चुकीचं दर्शनही घडवू शकता.

कित्येक वेळा समोरचा मनुष्य आपल्या संभाषणातून, त्याच्या आत्मप्रतिमेला

ठेच पोहोचेल असाही अर्थ काढू शकतो. अशा वेळी होणाऱ्या नुकसानाचा आधीच अंदाज घेऊन, ते कसं टाळता येईल, हे खाली दिलेल्या उदाहरणाद्वारे समजून घेऊया.

अभिजित एका कंपनीत इंटरनल ऑडिटचं काम सांभाळत असतो. एकदा तो नितीन नावाच्या त्याच्या सहकाऱ्याला एक्सेलमध्ये (कॉम्प्युटर प्रोग्राम) काही रिपोर्ट्स तयार करायला सांगतो. पण नितीनला एक्सेलविषयी योग्य माहिती नसल्याने त्याच्या कामात काही चुका राहतात. तो ते चुकीचे रिपोर्ट तसेच अभिजितला पाठवतो. अभिजित मात्र नितीनला याविषयी सांगण्याचं टाळतो. परंतु असा प्रकार नेहमीच होऊ लागल्याने एके दिवशी अभिजित अतिशय त्रस्त होतो आणि नितीनला म्हणतो, ''नितीन, तू कुणाकडून तरी एक्सेल का शिकून घेत नाहीस बरं? तुझ्या फाइलमध्ये खूप चुका आढळतात.'' वास्तविक हे सांगत असताना अभिजित रागावलेला असतो, त्यामुळे नितीन अभिजितच्या शब्दांचा 'हा मला अगदीच 'मठ्ठ' समजतो काय,' असा अर्थ लावतो आणि नेमक्या याच शब्दांनी नितीन दुखावला जातो.

आता त्याने जर कामात झालेल्या चुका मनापासून स्वीकारल्या होत्या, तर अभिजितचे शब्दही स्वीकारायला हवे होते. पण अशा प्रकारे स्वतःच्या चुकांची जबाबदारी घेणं त्याला कठीण वाटलं. म्हणून अशा प्रसंगी त्याच्याकडे 'विरोध प्रदर्शित करणं' हाच दुसरा पर्याय उरतो. नितीन मनात आत्मप्रतिमा जपत विचार करू लागतो, 'खरंतर मला टॅलीचा पाच वर्षांचा अनुभव आहे आणि मला टॅलीमध्येच काम करायचं आहे, हेदेखील मी मुलाखतीत सांगितलं होतं; परंतु या लोकांनी मला एक्सेलचं काम सोपवलं, तरीही ते माझ्याकडून इतक्या अपेक्षा का बरं ठेवतात?' अशा प्रकारे तिसरा पर्याय निवडून तो स्वतः तर दुःखी होतोच, शिवाय समोरच्यालाही चुकीचं समजतो. मग नितीन काही चुका सुधारतो आणि काही बाबींवर 'हे माझं काम नाही' किंवा 'हे चूक नाहीच', असा तर्क लढवून अभिजितशी वादविवाद करतो. परिणामी आपापसांत ताळमेळ साधून जे काम होऊ शकलं असतं, ते होत नाही.

अभिजितने नितीनची आत्मप्रतिमा सांभाळत संवाद साधला असता, तर तो कसा झाला असता, हे आता आपण पाहूया.

नितीनच्या एक-दोन चुका समोर येताच विनाविलंब अभिजित जर त्याला म्हणाला असता, 'नितीन, मला वाटतं तू यापूर्वी एक्सेलमध्ये जास्त काम केलेलं नाहीय, त्यामुळे फाइलमध्ये काही चुका आढळल्या आहेत. तू ऑफिसमध्ये कुणाकडून तरी या गोष्टी शिकून घे. मग अशा चुका तुझ्याकडून वारंवार होणार नाहीत. मला आशा आहे, की तुझ्यासाठी हे अजिबात कठीण नाही.' आता हे कम्युनिकेशन अतिशय

योग्यवेळी झाल्याने अभिजितच्या स्वरात जराही कडवटपणा नव्हता. संवादाची सुरुवातच अभिजितने अशा रीतीने केली, की नितीनला चुकांबद्दल जबाबदार न धरता, त्याला त्या कामाचा पुरेसा अनुभव नव्हता हेही पटवून दिलं. त्यामुळे नितीनची आत्मप्रतिमा सुरक्षित राहिली. शेवटी नितीनच्या क्षमतेवर पूर्ण विश्वास दर्शवून त्याच्या आत्मप्रतिमेला धक्का लागण्याच्या सर्व शक्यताच संपुष्टात आणल्या.

एखाद्याला त्याची चूक दाखवायची असेल, त्याच्यातील उणिवा सांगायच्या असतील, तर लोकांची आत्मप्रतिमा सांभाळत संवाद साधणं अतिशय आव्हानात्मक बनतं. लोक जेव्हा इतरांच्या उणिवा दाखवतात, तेव्हा त्याला 'क्रिटिसिजम', 'निंदा' किंवा 'दोषारोप' असं म्हटलं जातं. म्हणून संवादकौशल्य शिकताना या मोठ्या अडथळ्यावर मात करण्याचं कौशल्य शिकायचं आहे. पुढील भागात हाच विषय आपण सविस्तरपणे समजून घेणार आहोत.

आशावादी शब्दांत असे तरंग असतात,
जे तुम्हाला उत्तम आरोग्य प्रदान करतात,
त्यामुळे सदैव आशावादी आणि प्रेरणादायी शब्दांचाच उपयोग करा.
प्रेम, आनंद आणि मौन यांसारखे शब्द सतत गुणगुणत राहा.

—सरश्री

८

‘मीच योग्य आहे’ असं म्हणायला, की खुश राहायला आवडेल

एका कब्रस्थानात दोन कबरी तयार करण्यात आल्या. दोन्ही कबरींवर काही मजकूर लिहिण्यात आला. पहिल्या कबरीवर लिहिलं होतं, ‘इथे असा मनुष्य झोपला आहे, जो नेहमी बरोबर, योग्य होता, परंतु आयुष्यभर दुःखी राहिला.’ तर दुसऱ्या कबरीवर लिहिलं होतं, ‘इथे असा मनुष्य झोपलाय, जो बऱ्याच वेळा चुकतही असे, पण तरीही आयुष्यभर खुश होता.’

अशा प्रकारे एखादा मनुष्य आयुष्यभर ‘मी कसा योग्य आहे आणि माझंच कसं बरोबर आहे’ हे सर्वत्र सांगत फिरतो. ‘मी चुकीचा नाहीच’, हे सिद्ध करण्यासाठी तो जिवाचा आटापिटा करून तर्क देत राहतो आणि आयुष्यभर दुःखी राहतो. कारण तो त्याच्या दृष्टिकोनातून जरी योग्य असला, तरी ‘तुझं बरोबर आहे,’ असं त्याला कोणीही म्हणत नाही. म्हणून स्वतःला सिद्ध करण्यासाठी तो सर्व शक्ती पणाला लावतो. अखेर ‘तुझं बरोबर आहे’ असं ज्या दिवशी त्याला कोणीतरी म्हणतं, तेव्हा कुठे त्याला थोडी शांती लाभते. मग तो विचार करतो,

'मी घरातल्या लोकांसाठी किती तरी गोष्टी केल्या... आयुष्यभर त्यांची काळजी घेतली, तरीदेखील लोक मलाच चुकीचं समजतात... हे लोक मला कधी योग्य समजतील ठाऊक नाही...'

'मी नेहमी योग्य असावं आणि लोकांनीही तसंच म्हणावं' अशीच त्याची मनापासून इच्छा असते. कधीतरी त्याची ही इच्छा पूर्णही होते; परंतु तरी त्याचं आयुष्य दुःखातच व्यतीत होतं. तो कायम 'मीच बरोबर आहे' याचं ओझं वागवत राहतो.

दुसरा मनुष्य ज्यावेळी त्याची चूक झाली, त्यावेळी 'माझी चूक झालीय, मी चुकीचा आहे' या गोष्टीचा सहजपणे स्वीकार करू शकतो. त्यामुळे आपणच कसे बरोबर आहोत, हे सिद्ध करण्याचा आटापिटा आणि दडपण त्याच्या मनावर राहात नसल्यामुळे तो तणावमुक्त आणि खुश राहू शकतो आणि आपल्यात सुधारणा करण्याचा प्रयत्नही करू शकतो. त्यामुळे लोक विचार करतात, 'जाऊ दे, बिचारा स्वतःची चूक कबूल तर करतोय, चला याचं काम करून टाकू.' अशा प्रकारे लोकांमध्ये त्याला मदत करण्याची भावना निर्माण होते, त्यामुळे त्याची कामंही पूर्ण होतात.

ही बाब अतिशय महत्त्वपूर्ण असल्याने यातील गहनता समजून घेऊया. कारण तुम्हाला 'I am right' पासून 'I am wrong' कडे वळायचं आहे. माझं चुकतंय, हे मनुष्याचं मन सहजासहजी मान्य करत नाही. उलट 'मीच बरोबर आहे आणि सर्वांनी मलाच योग्य समजायला हवं,' असंच तो नेहमी म्हणत असतो. कारण संभाषणाची योग्य पद्धतच त्याने आत्मसात केलेली नसते.

तुम्ही जर समोरच्या व्यक्तीला चुकीचं सिद्ध करू पाहाल, तर ती तुम्हाला कधीही साहाय्य करणार नाही. भले तुम्ही सरळ शब्दांत 'तू चुकीचा आहेस, तुझं काहीतरी चुकतंय' असं म्हणत नसला, तरी अप्रत्यक्षपणे तुमचा हाच प्रयत्न असतो. मात्र, आपल्याकडून हे घडतंय याची जाणीवच तुम्हाला नसते. चला तर, एका उदाहरणाद्वारे हे समजून घेऊया.

समजा, तुम्ही डाक कार्यालयात गेला आहात आणि तिथे पोहोचल्यावर दिसतं, की खिडकी तर बंद होत आहे. मग तुम्ही लगबगीने खिडकीपाशी जाता आणि तिथे असलेल्या कर्मचाऱ्याला तुमच्या कामाची माहिती देता. त्यावर तो कर्मचारी म्हणतो, 'आता ऑफिस बंद होण्याची वेळ झालीय, म्हणून हे काम आज होणार नाही.' तेव्हा तुम्ही त्याला सांगता, 'ऑफिस बंद होण्यासाठी अद्याप दोन मिनिटं बाकी आहेत.' असं बोलून तुम्ही अप्रत्यक्षपणे हेच सूचित करता, की 'तुम्ही चूक आहात.' खरंतर आणखी दोन मिनिटं शिल्लक आहेत, हे त्या कर्मचाऱ्यालादेखील माहीत होतं. परंतु तुम्ही ते

सांगून तो चुकीचा आहे हे सिद्ध करण्याचा प्रयत्न करता.

एखादा मनुष्य 'तू चूक आहेस' असं जेव्हा कोणाला म्हणतो, तेव्हा त्याच्यावर काय परिणाम होतो, हे तुम्हाला माहीत नाही. तुम्ही जेव्हा म्हणता, 'आणखी दोन मिनिटं वेळ आहे' तेव्हा खरंतर तुम्ही थेट त्याच्या अहंकारावरच प्रहार करता. त्यामुळे तो तुम्हाला चोर समजतो आणि आपलं सामान (मी, अहंकार) जपण्याचा, सावरण्याचा प्रयत्न करतो. एक प्रकारे तो संकुचित होतो. मग तुम्ही जेव्हा त्याला काही सांगण्याचा प्रयत्न करता, तेव्हा तो तुम्हाला तेथून जायला सांगतो. त्यावर तुम्ही म्हणता, 'मी मोठ्या साहेबांकडे तुमची तक्रार करेन,' तेव्हा तो म्हणतो, 'जा... जा... जे काय करायचं ते करा.' कारण तुम्हाला चोर समजून तो तुमच्या बोलण्याकडे दुर्लक्ष करतो. पण नेमकं काय चाललंय, ते त्यालाही समजत नाही आणि तुम्हालाही!

हीच बाब तुम्ही जर त्याला, 'तुमचं अगदी बरोबर आहे, ऑफिस बंद होण्याची वेळ झाली आहे. परंतु मी मुलांना आणायला शाळेत गेलो होतो, त्यामुळे मला थोडा उशीर झाला,' अशा प्रकारे सांगितली असती, तर काही वेगळं घडण्याची शक्यता निर्माण झाली असती. तुमचं कारण ऐकून कदाचित त्याने तुम्हाला मदतही केली असती.

पहिल्या दृश्यात तो तुम्हाला चोर समजला. मात्र, दुसऱ्या दृश्यात तुम्ही फिर्यादी बनला. म्हणून तो तुम्हाला साहाय्य करू शकतो. अशा वेळी तो त्याच्याकडून शक्य ती सर्व मदत करण्याचा प्रयत्न करतो. तुम्ही जर प्रत्यक्ष वा अप्रत्यक्षपणे एखाद्यावर आरोप करू लागलात, तर त्याच्या अहंकाराला ठेच पोहोचते. मग तो तुमचं ऐकून घेण्यासाठी कधीही तयार होत नाही. तो आक्रसून जातो आणि आक्रसलेला मनुष्य कोणालाही मदत करू शकत नाही. जो संकुचित नसतो, खुला असतो, तोच इतरांना मदत करू शकतो.

आपले शब्द ऐकून लोकांनी त्यांच्या मनाचे दरवाजे बंद करता कामा नये, हे समजणं अतिशय महत्त्वाचं आहे. कारण सर्वांच्या अंतरंगात विराजमान असलेला 'मी' म्हणजे अतिशय नाजूक बाब आहे. एखाद्या लहानशा शब्दानेदेखील त्याला इजा होऊ शकते, वेदना होऊ शकतात व मग अशा शब्दांनी अहंकाराला अशी काही इजा होते, की मनुष्य स्वतःचं नुकसान करायलाही तयार होतो.

यासाठी प्रथम समोरच्याला 'तुम्ही बरोबर आहात' असं सांगून शांत करा आणि त्यानंतर तुमची अडचण सांगा. 'हा मनुष्य चोरी करण्यासाठी आलेला नाही' असा जेव्हा समोरच्याला धीर मिळतो, तेव्हा तो आपल्या सामानाची काळजी करत नाही, उलट आपल्याला साहाय्यक ठरतो.

कारण हवंय की लोकांचा सहयोग

लोकांशी संभाषण करताना तुम्हाला केवळ कारण हवंय, की त्यांनी तुम्हाला मदत करावी अशी तुमची मनापासून इच्छा असते? एखादं काम 'का केलं नाही' असं विचारल्यानंतर लोक त्वरित त्यामागील कारणं सांगतात, सबबी सांगतात. त्यावेळी ते कारणं आणि दोषारोप या दोन्ही गोष्टींचा उपयोग करतात. जसं, 'अमुक व्यक्ती असं म्हणाली म्हणून मी हे काम करू शकलो नाही...' इत्यादी. काही लोक आयुष्यभर सबबी सांगत राहतात, ज्या लोकांना योग्य वाटत नाहीत. पण 'तुमचं कारण अयोग्य आहे' असं जर कोणी त्यांना सांगितलं, तर त्यांच्यात असुरक्षिततेची भावना निर्माण होते. परिणामी त्यांना काम करण्याची इच्छाच होत नाही.

घरातदेखील तुम्ही एखाद्याला काही समजावून सांगता, तेव्हा त्याला वाटतं, समोरचा मला चुकीचं ठरवतोय. वास्तविक त्याला चुकीचं ठरवण्याचा तुमचा कोणताही हेतू नसतो, परंतु समोरचा मात्र तसं गृहीत धरतो.

तुम्हाला जेव्हा कोणी काही बोलतं, तेव्हा कसं असुरक्षित वाटतं, हे एकदा स्वतःचं अवलोकन करून पाहा. अशा वेळी समोरचा जणू 'तुम्ही चूक आहात' असंच म्हणतोय, असं तुम्हाला वाटतं. मग तुम्ही लगेच आक्रसून जाता.

वास्तविक अशा प्रसंगी 'हो, मी चूकच आहे' ही बाब तुम्ही मनापासून स्वीकारायला हवी. कारण तुमच्या आत जो 'मी' म्हणजेच अहंकार आहे, तो नेहमीच चूक असतो; पण लोकांना 'मी चूक आहे' असं म्हणणं जिवावर येतं. जणू त्यांच्या गळ्याला फासच दिला जातोय, असं त्यांना वाटतं. हा गळ्याचा फास काढण्यासाठीच थोड्याशा अभ्यासाची आवश्यकता असते.

समोरचा तुमचं काम करत नाही असं जेव्हा जाणवेल, तेव्हा तुम्ही लगेच त्याला धीर द्या, त्याच्यावर विश्वास व्यक्त करा. प्रथम अप्रत्यक्षपणे त्याला 'तुमचं बरोबर आहे' हेच सांगा. हे ऐकून समोरच्याला खूपच चांगलं वाटतं. 'हा माझी परिस्थिती समजून घेतोय, त्यामुळे हा माझा हितचिंतक आहे,' अशी भावना त्याच्यात निर्माण होते.

काही लोक अजाणतेपणी समोरच्याला 'तुम्ही बरोबर' व 'मी चूक' असं म्हणतात आणि त्यांचं काम होतं. परंतु यामागचं कारण ते समजू शकत नाहीत. ते म्हणतात, 'आम्ही जिथे जातो, तिथे आमची सर्व कामं होतात,' तर कोणी म्हणतं, 'मी जिथे जिथे जातो, तिथे माझी कामं अडकून पडतात,' असं का होत असेल बरं?

'माझंच बरोबर' हेच जर तुम्ही सारखं म्हणत राहिलात, तर शेवटी तुम्हीच चूक आहात, हे सिद्ध होईल. भले लोकांनी तुम्ही बरोबर आहात, तुमची चूक नाही, असं मानलं तरी! पण तुम्ही मात्र नेहमी दुःखीच राहाल. असं जीवन तुम्हाला आवडेल का? कदापिही नाही. एकीकडे तुम्हाला मोठ्या खुर्चीवर बसवलं, परंतु खायला काहीच दिलं नाही आणि दुसरीकडे तुम्हाला जमिनीवर बसवलं, पण रसगुल्ला खाऊ घातला, तर... या दोन्हीपैकी तुम्हाला काय आवडेल, याची निवड तुम्हीच करायची आहे.

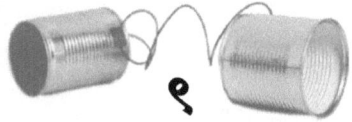

९
निंदक का बनू नये

निंदा, टीका-टिप्पणी केलेली कोणालाही आवडत नाही. ती थेट मनुष्याच्या आत्मप्रतिमेवरच हल्ला चढवते. तुम्हाला जर संवादकलेत प्रावीण्य मिळवायचं असेल, तर निंदा अथवा टीका करण्यासाठीही चांगले पर्याय शोधायला हवेत. आपलं म्हणणं मांडण्यासाठी नवीन पद्धती शिकाव्या लागतील. याविषयी अधिक विवेचन करण्याआधी आपण हे समजून घेण्याचा प्रयत्न करू, की टीका-टिप्पणी वा दोषारोप जर कोणालाही आवडत नसेल, तर मग लोक या गोष्टी करतातच का? तर, याची प्रमुख तीन कारणं आहेत.

पहिलं कारण- टीका अथवा निंदा केल्याने मनुष्याच्या अहंकाराला पोषण मिळतं. तो लोकांच्या, तसंच स्वतःच्याही दृष्टीने श्रेष्ठ ठरतो. इतरांसमोर स्वतःचं महत्त्व वाढवून घ्यायचं असेल, तर त्याची सहज-सोपी पद्धत म्हणजे- समोरच्याला कमी लेखणं, त्याला चुकीचं ठरवणं. जसं, दोन महिला आपापसांत बोलताना तिसऱ्या महिलेची निंदा करतात. वास्तवात असं करून त्या हेच दाखवू इच्छितात, की 'मी

नाही बाई त्यातली, मी तर खूप चांगली आहे.' अशाप्रकारे इतरांपेक्षा आपणच खूप चांगल्या आहोत, असं त्यांना वाटू लागतं. परंतु वस्तुस्थिती मात्र याच्या अगदी उलट असते. श्रेष्ठत्वाच्या या बेगडी भावनेने मनुष्य लोकांची जितकी निंदा करतो, तितकंच अधिक त्याचं पतन होतं.

दुसरं कारण– आपण जर टीका-टिप्पणी केली नाही, तर समोरच्या व्यक्तीची प्रगती कशी होईल, असं काही लोकांना वाटतं. तुमचाही असाच गैरसमज असेल, तर खालील वाक्यं लक्षपूर्वक वाचा :

'मला माहीत आहे, तुझ्याकडून हे काम होऊ शकणार नाही.
पण निदान प्रयत्न तर करून पाहा.'

किंवा

'तू आटोकाट प्रयत्न करून, हे काम नक्कीच करून दाखवशील,
याची मला पूर्ण खात्री आहे.'

वरील दोन्ही वाक्यांपैकी कोणतं वाक्य उच्चारल्याने तुम्हाला अधिक प्रेरणा मिळेल, याचा एकदा विचार करून पाहा.

वर दिलेल्या पहिल्या वाक्याद्वारे निंदा केली जात असून कमकुवतपणावर लक्ष केंद्रित केलं जात आहे. परंतु दुसऱ्या वाक्यातून मात्र कौतुक करत असताना कार्यक्षमता, योग्यता वाढवण्यावरही भर दिला जात आहे. टीका, निंदा आणि सकारात्मक प्रोत्साहन यांमध्ये हाच फरक आहे.

लोकांमध्ये सुधारणा होण्यासाठी मनुष्य बहुधा पहिल्या पद्धतीचाच अवलंब करतो, असंच बऱ्याच वेळा पाहण्यात येतं. म्हणजेच इतरांचे दोष पाहून त्यावर कठोर शब्दांत टीका-टिप्पणी करत राहतो. त्यामुळे समोरच्या मनुष्यात सुधारणा होण्याऐवजी त्याचं पतनच होतं.

लोक म्हणतात, आम्ही जर समोरच्या व्यक्तीला त्याच्या चुकांविषयी स्पष्टपणे सांगितलं नाही, तर त्याला त्याची जाणीव कशी होईल? आपली ही भावना अतिशय योग्य आहे. तुमच्याकडे जर संवादकौशल्यविषयक प्रशिक्षण नसेल किंवा तसं प्रशिक्षण घेण्याची इच्छाही तुमच्यात नसेल, तर तुमची ही भावना आणि कारण अगदी योग्य आहे. कारण संभाषणविषयक प्रशिक्षणाने अशा काही उत्तम युक्त्या तुम्हाला मिळतील, ज्यांचा उपयोग करून तुम्ही दोषारोप न करतासुद्धा समोरच्या व्यक्तीची चूक दाखवू शकाल आणि अशा प्रकारच्या संवादाचे उत्कृष्ट परिणामदेखील लाभू शकतील.

'आमची निंदा झाली, त्यामुळे आम्ही प्रगती करू शकलो... निंदेला आव्हान समजलो, त्यामुळे आज आम्ही जीवनात प्रगतीचा मोठा टप्पा गाठला आहे,' असंही मनुष्य समजतो. परंतु प्रत्येकजण निंदेला आव्हान समजेलच असं नाही, हा मुद्दा आपण इथे लक्षात घ्यायला हवा. निंदा केल्याने अथवा उणिवा दाखवल्याने जीवनात अयशस्वी झालेलेही कितीतरी लोक आहेत. परंतु असे लोक जगासमोर न आल्याने, कोणी त्यांची कथाही जाणत नाही. काही लोक निंदेतून प्रेरणा मिळवू शकतात; परंतु बहुसंख्य लोक मात्र प्रशंसा, पुरस्कार, शाबासकी, आदर मिळाल्यानेच प्रेरित होतात. जसं- तुम्ही एखाद्या मुलाच्या हस्ताक्षराची स्तुती केली, तर तो त्यात आणखी सुधारणा करेल. एखाद्याच्या चित्रकलेची प्रशंसा केली, तर तो त्या कलेत अधिकाधिक पारंगत होण्याचा प्रयत्न करेल.

इतक्या गोष्टी जाणल्यानंतरही विकासासाठी निंदा करायलाच हवी, असं जर तुमचं मत असेल, तर प्रथम तुम्ही याव्यतिरिक्त उपलब्ध असलेले उत्कृष्ट पर्याय आजमावून पाहायला हवेत. अन्य पर्याय जर अयशस्वी ठरले, तर शेवटचा उपाय समजून तुम्ही निंदेचा उपयोग करू शकता. परंतु लक्षात घ्या, लोकांशी उत्तम नातेसंबंध निर्माण करत संवाद साधणं हे तुमचं मुख्य उद्दिष्ट असेल, तर निंदेचा अवलंब तुम्हाला कधीही साहाय्यक ठरणार नाही.

तिसरं कारण – मनुष्य निंदा करत राहतो, कारण त्याला याची सवय जडते. एखाद्यात काही उणीव जाणवली वा चूक दिसली, तर तो केवळ सवयीला बळी पडून निंदा करू लागतो. अशा लोकांच्या जीवनात तसूभरही सजगता नसते. जीवन जेव्हा त्यांना धक्के मारून धडा शिकवतं, तेव्हा ते या सवयीवर नियंत्रण मिळवण्याचा थोडासा प्रयत्न करतात.

यासाठीच निंदा करण्यापूर्वी पुढील गोष्टींवर मनन व्हायला हवं-

▶ मी निंदा का करतो? यामागे कोणतं कारण आहे?
▶ मी केवळ सवयीच्या आहारी जाऊन निंदा करतो, की अहंकार पोसण्यासाठी?
▶ मी जे सांगणार आहे, ते वास्तव आहे का?
▶ मी जे सांगणार आहे, ते सांगणं गरजेचं आहे का?
▶ मी जे सांगणार आहे, ते चांगल्या शब्दांत सांगितलं जाऊ शकतं का?

अशा प्रकारचे प्रश्न जेव्हा तुम्ही स्वतःला विचाराल, तेव्हा समोरच्याला

सुधारण्याची तुमची खरोखरच इच्छा आहे, की तुम्हाला निंदा करण्याची सवयच जडली आहे, हे स्पष्टपणे समजेल. तुम्हाला समोरच्या मनुष्याच्या विकासाची प्रामाणिक कळकळ असेल, तर त्यासाठी उत्कृष्ट पर्याय उपलब्ध आहेत. त्यांचा उपयोग करून निंदेने होणाऱ्या घातक परिणामांपासून तुम्ही स्वतःचा आणि समोरच्याचाही बचाव करू शकता.

संवाद साधताना निंदा केल्याने तुमचंच नुकसान होण्याची शक्यता अधिक आहे. बऱ्याच वेळा यातून संवादाचा उद्देशच असफल होतो. यासोबतच नातेसंबंधांत कटुताही निर्माण होते. कित्येक वेळा तुमच्या कार्यक्षेत्रातील लोक मनात द्वेष बाळगून तुमच्यावर सूड उगवण्याची संधीच शोधत असतात. संधी गवसताच तुम्हाला हानी पोहोचावी या उद्देशाने ते कडव्या व प्रखर शब्दांत निंदेचा प्रहार करतात.

मुलांसोबत जेव्हा ही पद्धत वारंवार अवलंबली जाते, तेव्हा मुलं तुमच्या शब्दांविषयी असंवेदनशील बनतात. सुरुवातीला तुमच्या शब्दांनी ती दुखावली जातात, त्यांच्यावर दुःखाचा आघात होतो; परंतु वारंवार तेच ते ऐकून या दुःखापासून वाचण्यासाठी ती तुमच्याकडे काणाडोळा करायला, तुमचं बोलणं ऐकून न ऐकल्यासारखं करायला शिकतात. 'मुलं अभ्यास करत नाहीत, त्यांना अभ्यास नकोच असतो,' असाच राग कित्येक पालक सतत आळवत असतात. हे ऐकून मुलांनाही वाटतं, हे लोक नेहमी ओरडतच असतात, यांच्या बोलण्याकडे लक्ष द्यायची काही गरज नाही. मात्र, यामुळे यापेक्षाही अधिक गंभीर नुकसान होऊ शकतं.

लहान मुलांची स्वप्रतिमा लवचिक असते, ती दृढ झालेली नसते. त्यांना मिळणारे अनुभव त्या प्रतिमेला आकार देण्याचं कार्य करत असतात. तुम्ही जर सदानूकदा त्यांची निंदाच करत राहिलात, त्यांच्यावर दोषारोप करत राहिलात, तर त्याला विरोध न दर्शवता, तुमच्या शब्दांनुसार ते त्यांची स्वप्रतिमा तयार करण्याची शक्यता असते. मुलांनी अभ्यास करावा या उद्देशाने जर तुम्ही त्यांची इतर मुलांशी तुलना करत असाल, किंवा रागावून 'तू मठ्ठ आहेस, घरात सर्वांत कमी गुण तुलाच मिळतात, तू कधीच यशस्वी होणार नाहीस, तुझ्याकडून काहीच होऊ शकणार नाही...' असं म्हणत असाल, तर मुलं तुमच्या शब्दांवर विश्वास ठेवून तशीच स्वप्रतिमा निर्माण करू शकतात. मग आपण अपयशी व कमकुवत आहोत, याच भावनेने ते स्वतःकडे पाहू लागतात. अशा वेळी आपण विचार करायला हवा, की स्वतःला इतरांपेक्षा कमकुवत समजणारी मुलं जीवनात यशस्वी कशी होऊ शकतील बरं? जे पालक आपल्या

पाल्यांच्या विकासाबाबत सजग आहेत, त्यांनी मुलामुलींशी संवाद साधण्याचं ज्ञान प्राप्त करण्याला अग्रक्रम द्यायला हवा.

हे वाचून तुमच्या मनात कदाचित हा प्रश्न उद्भवू शकतो, की मनुष्याला त्याच्या उणिवा दाखवूच नयेत का? सर्वांच्या चुकांकडे दुर्लक्षच करावं का? नाही! लोकांना क्रिटिगाइड करायला हवं. याचा अर्थ केवळ निंदा वा दोषारोप न करता त्यांना योग्य मार्गदर्शनही करायला हवं. आता क्रिटिगाइड कसं करावं, त्याच्या कोणत्या पद्धती आहेत, हे आपण पुढच्या भागात जाणून घेऊया.

१०

क्रिटिगाइड कसं कराल

क्रिटिगाइड म्हणजे काय, हे प्रथम समजून घेऊया. प्रशिक्षित मनुष्य जेव्हा चुका वा उणिवा दाखवण्याचं कार्य करतो, तेव्हा त्याला 'क्रिटिगाइड' करणं असं म्हणतात. याचाच अर्थ, समोरच्याला त्याची चूक सकारात्मक पद्धतीने समजावून सांगून, त्याला योग्य मार्गदर्शन करणे. आपल्या बोलण्यातून त्याच्या भावनेला ठेच पोहोचू नये आणि त्याचं लक्ष चुका सुधारण्याकडे केंद्रित व्हावं. क्रिटिगाइड करण्याच्या सहा पद्धती आहेत. त्या तुम्ही परिस्थितीनुसार उपयोगात आणू शकता. यांचा सुयोग्य आणि कौशल्यपूर्वक वापर केला तर समोरच्याला वाईटही वाटणार नाही, तसंच त्याच्या नजरेत तुम्हीही वाईट ठरणार नाही.

१. **न बोलता सांगणं :**

सहाव्या इयत्तेतील एक मुलगा त्याचं गुणपत्रक घेऊन आईकडे गेला. त्यावेळी त्याची आई तिच्या मैत्रिणीशी बोलत होती. तिने जेव्हा गुणपत्रक पाहिलं, तेव्हा तिचं लक्ष गणित विषयाच्या गुणांवर गेलं. गणितात त्याला खूपच कमी

गुण मिळाले होते. परंतु तिकडे दुर्लक्ष करत आई म्हणाली, 'इतिहासात खूपच छान गुण मिळवलेस, शाबास... मराठीमध्ये मागच्या वेळेपेक्षा सुधारणा झाली आहे, खूपच छान... भूगोलातही चांगलीच प्रगती केलीस... मस्तच...' अशा रीतीने आई सर्व विषयांवर बोलली; परंतु गणिताविषयी ती काहीही बोलली नाही. त्यानंतर तिने ते गुणपत्रक मुलाला परत केलं.

आईने अन्य सर्व विषयांचा उल्लेख करत त्याची प्रशंसा केली; परंतु गणिताविषयी ती काहीही बोलली नाही. आईची ही कृती मुलाला समजली नसेल काय? मुलं खूपच समंजस असतात. त्यांना योग्य पद्धतीने काही सांगितलं, तर ती प्रत्येक गोष्ट व्यवस्थित समजून घेऊन त्यावर कार्य करू शकतात. आईने गणिताविषयी चकार शब्द न उच्चारता मुलाला संकेत दिला, 'तुला या विषयाचा भरपूर अभ्यास करायचा आहे.' त्यातून 'मला या विषयासाठी खूप कष्ट करण्याची आवश्यकता आहे,' हे मुलाला समजलं.

या पद्धतीचा अवलंब केल्याने समोरच्या मनुष्याविषयीचा आदरही व्यक्त होतो. आईला वाटतं, तिचा मुलगा इतका समजूतदार आहे, की त्याच्यावर ओरडण्याची आवश्यकताच नाही, न सांगताच तो समजूही शकतो आणि जबाबदारी घेऊन योग्य पाऊलही उचलू शकतो. अशा प्रकारे मुलाची स्वप्रतिमा उंचावत त्याच्यावर तुम्ही विश्वासही दर्शवता. हे मुलांच्या विकासातील तुमचं महत्त्वपूर्ण योगदान आहे.

मुलांच्या चुका सुधारण्यासाठी त्यांना रागवायला हवं, प्रसंगी मारणंही आवश्यक आहे, असं बहुसंख्य आई-वडिलांना वाटतं. गरज असेल तेव्हा मारणंदेखील आवश्यक असतं; परंतु असं करून मुलं संवेदनशून्य बनतात. याउलट तुम्ही जेव्हा मुलांसोबत नेहमी सकारात्मक, प्रेमळपणे संवाद साधता, त्यांच्याशी मोकळेपणाने बोलता, त्यावेळी जर त्यांच्या एखाद्या चुकीवर मौन बाळगलं, तर मुलांसाठी तो मोठा संकेत ठरू शकतो. ही क्रिटिगाइड करण्याची एक पद्धत आहे. यात त्यांची चूक शब्दांतून व्यक्त करण्याची अथवा टीका करण्याची तर अजिबातच आवश्यकता नसते. आणखी एका घटनेद्वारे हे अधिक सखोलपणे समजून घेऊया.

एकदा पत्नीच्या हातून भाजीत मीठ जास्त पडतं. त्यावर पती तिला म्हणतो, 'भाजीत मीठ जास्त झालंय.' याचा अर्थ, 'तुझ्याकडून चूक झालीय' असंच पतीला सुचवायचं असतं. परंतु यामुळे पत्नीच्या स्वप्रतिमेला धक्का पोहोचतो. अशा प्रसंगी न बोलता हे सांगणं शक्य होऊ शकतं का? निश्चितच होऊ शकतं. वास्तविक पतीने पत्नीला काही सांगण्याची गरजच नव्हती. कारण तीदेखील जेवायला बसणारच होती, त्यामुळे तिला हे समजलंच असतं. परंतु पतीला वाटतं, 'मी नाही सांगितलं, तर तिला

कसं समजेल?' यासाठी कोणालाही क्रिटिसाइज करण्यापूर्वी अनेकदा विचार करा, इथे बोलणं गरजेचं आहे की न बोलताच समोरच्याला त्याच्या चुकीची जाणीव होऊ शकेल? या प्रश्नाचं उत्तर होकारार्थी असेल, तर मौन बाळगणं हा टीका करण्यापेक्षा अत्युत्तम पर्याय आहे.

२. सँडविच बनवण्याच्या पद्धतीचा उपयोग करा :

चटणी सँडविच कसं बनवलं जातं, हे तर तुम्ही पाहिलं असेलच. एक ब्रेडचा तुकडा घेतला जातो, त्याच्यावर तिखट चटणी लावली जाते, त्या चटणीवर आणखी एक ब्रेडचा तुकडा ठेवला जातो. या प्रक्रियेत चटणीचा तिखटपणा कमी होतो. कोणत्याही प्रकारचं सँडविच बनवण्याची हीच पद्धत आहे. वर आणि खाली ब्रेडचा एकेक तुकडा ठेवून मध्यभागी मसालेदार सामग्री टाकली जाते.

संभाषणातही हीच पद्धत आपण अवलंबायला हवी. तिखट गोष्ट मध्यभागी ठेवायला हवी. तुम्ही जेव्हा एखाद्याला क्रिटिगाइड कराल, तेव्हा प्रथम त्याच्या बाबतीत एक सकारात्मक गोष्ट सांगा. त्याच्यातील चांगुलपणा सांगून त्यानंतर त्याची चूक सांगा आणि शेवटी आणखी एक चांगली बाब सांगून संभाषण संपवा. तुम्ही जर सरळ सरळ त्याची चूक त्याला सांगितली, तर ती त्याच्या पचनी पडणार नाही.

उदाहरणार्थ, 'तुला कमी गुण मिळतात, कारण तू वेळेवर अभ्यासच करत नाहीस' हे जर तुम्हास मुलाला सांगायचं असेल, तर तुम्ही सँडविच पद्धतीद्वारे ही गोष्ट त्याला सांगू शकता. मूल अभ्यास करत असताना त्याच्याजवळ बसून आधी त्याला त्याचा एखादा चांगला गुण सांगा, 'बेटा, तुझं हस्ताक्षर अतिशय वळणदार आहे. सकाळपासून मी पाहतोय, तू अगदी मन लावून अभ्यास करत आहेस. केवळ तुझा होमवर्क वेळेत पूर्ण होत नाही. तू जर वेळेत होमवर्क पूर्ण करू शकलास, तर तुला खूप चांगले गुण मिळू शकतात. तू तर हुशार आहेस. वेळेत अभ्यास पूर्ण करून तू जीवनात खूप प्रगती करू शकशील.'

अशाप्रकारे सँडविच पद्धतीचा उपयोग केल्याने तुम्ही यापुढे इतरांची निंदा करणार नाही.

ही पद्धत तुम्ही थोड्याशा अभ्यासाने प्रत्येक ठिकाणी उपयोगात आणू शकता. जसं- कार्यक्षेत्रात तुमच्या कर्मचाऱ्याकडून एखादं काम पूर्ण होण्यास उशीर झाला, तर 'अमुक काम तुम्ही अतिशय बारकाईने केलं होतं. फक्त थोडा उशीर झाला. थोडं आणखी लवकर झालं असतं, तर अधिक चांगलं झालं असतं. या कामात ज्या

ग्राफिक्सचा वापर केला होता, त्यात कुणाची मदत घेतली होती का? प्रेझेंटेशनदेखील खूपच छान होतं,' असं तुम्ही म्हणू शकता.

अशा प्रकारे या पद्धतीचा उपयोग करून समोरच्याला दुःख न पोहोचवता तुम्ही आपलं म्हणणं त्याच्यापर्यंत पोहोचवू शकता.

३. **निर्णय नको, अभिप्राय द्या :**

ही पद्धत शिकण्यासाठी तुम्हाला महाभारतातील संजय या पात्राचं साहाय्य लाभू शकतं. हो! तोच संजय, ज्याने आपल्या दिव्यदृष्टीने युद्धभूमीवरील सर्व गोष्टी पाहून तो वृत्तान्त धृतराष्ट्राला इत्थंभूत कथन केला. श्रीकृष्णाद्वारे सांगितलेली संपूर्ण गीता संजयने ऐकली आणि अंतिम श्लोकात धृतराष्ट्राला सांगितलं, 'ज्या बाजूला श्रीकृष्ण आणि धनुर्धारी अर्जुन असेल, तिथेच श्री आहे, तिथेच विजय आहे, तिथेच विभूती आहे, तिथेच अचल नीती आहे, असं माझं मत आहे.'

मात्र, संजयने जे सांगितलं, ते त्याच्यासाठी सत्य होतं, कारण विजयी कोण होणार यावर त्याचा पूर्ण विश्वास होता. परंतु धृतराष्ट्राला ही बाब सांगताना त्याने एक वाक्य जोडून आपलं मत व्यक्त केलं.

तुम्ही जेव्हा एखाद्याला काही सांगता, तेव्हा कित्येक वेळा अजाणतेपणी ते अशा पद्धतीने व्यक्त करता, जणू काही ते वैश्विक सत्य आहे. ते ऐकून समोरच्या मनुष्याने जर वेगळं मत व्यक्त केलं, तर तुम्ही लगेचच त्याला चुकीचं ठरवता. परंतु तुम्ही जेव्हा कुणाला तुमची एखादी बाब सांगता, तेव्हा 'हे माझं मत वा अभिप्राय आहे,' असं सांगून ते प्रस्तुत करायला हवं. अशा रीतीने प्रस्तुत केलं तर इतरांच्या वेगळ्या दृष्टिकोनाला (मताला) तुम्ही आदराने स्वीकृती देता असा याचा अर्थ होतो. दुसऱ्या शब्दांत, 'हे माझं व्यक्तिगत मत आहे, कदाचित तुमचं मत वेगळं असू शकतं,' असंही तुम्ही सांगू शकता.

अशा प्रकारे तुमचं मत जाहीर करून, त्यानेदेखील त्याचं मत प्रांजळपणे व्यक्त करावं, यासाठी तुम्ही समोरच्यालाही स्वातंत्र्य देता. तुम्ही जेव्हा 'माझ्या मते असं व्हायला हवं... हे कार्य यापेक्षाही अधिक चांगल्या प्रकारे होऊ शकलं असतं, हे माझं मत आहे...' असं म्हणता, तेव्हा समोरचा तुमचंही म्हणणं मान्य करू शकतो. शिवाय, त्याला वाईटही वाटत नाही.

४. **अप्रत्यक्षपणे सांगणे :**

कित्येक लोक एखादी गोष्ट कोणतीही भीडभाड न राखता सांगतात, तेव्हा लोकांना

वाईट वाटतं, लोक नाराज होतात. परंतु अशावेळी जर तुम्ही त्यांना अप्रत्यक्षपणे, केवळ संकेताद्वारे सांगितलं, तर त्यांना तितकं वाईट वाटत नाही. पुढील उदाहरणाने हे समजू शकेल.

एका राज्यात एक राजा राहत होता. त्या राजाचा मुलगा केवळ एकाच डोळ्याने पाहू शकत होता. त्याचा दुसरा डोळा निकामी झाला होता. राजकुमार एका डोळ्याने अंध आहे, हे राज्यातील सर्व जनतेला माहीत होतं. परंतु याविषयी चर्चा केलेली राजाला आवडत नसे. एके दिवशी राजाने आपल्या शेजारच्या राज्यात त्याच्या मुलाच्या विवाहाचा प्रस्ताव पाठवला; परंतु तो नाकारला गेला. ज्या मंत्र्यासोबत हा प्रस्ताव पाठवण्यात आला, त्याला ते नाकारण्याचं कारणदेखील सांगितलं गेलं. आता राजाने नकाराचं कारण विचारलं तर काय उत्तर द्यावं, याविषयी तो मंत्री आपल्या राज्यात परतताना विचार करू लागला. वाटेत त्याने यावर बरंच विचारमंथन केलं.

नकार दिला तर त्याचं कारण काय असेल, याची राजाला कल्पना होती. तरीदेखील राजाने मंत्र्याला बोलावून घेतलं आणि कारण विचारलं, तेव्हा मंत्री म्हणाला, 'महाराज, आपले राजकुमार किती न्यायप्रिय आहेत, हे आपण सर्वजण जाणतो. ते उच्च-नीच अथवा श्रेष्ठ-कनिष्ठ असा भेदभाव कधीही करत नाहीत. कोणताही अपराधी त्यांच्या नजरेतून सुटू शकत नाही. जणू काही स्वतः महादेवाने आपला तिसरा डोळा आपल्या राजकुमारांना भेटस्वरूप दिला आहे. परंतु शेजारचा राजा हे समजू शकत नाही.' हे ऐकून राजा त्यावेळी गप्प बसला, परंतु नंतर मंत्र्याच्या संवादकौशल्यावर प्रसन्न होऊन राजाने त्या मंत्र्याला प्रधान मंत्री बनवलं.

अशा प्रकारे अप्रत्यक्ष कम्युनिकेशनमध्ये संतुलन राखत आपण आपलं म्हणणं प्रस्तुत करायचं असतं. यात आपल्याला नेमकं जे सांगायचं असतं, ते आपण स्पष्टपणे सांगू शकत नाही. परंतु ते समोरच्याला समजणारच नाही इतकंही अस्पष्ट असू नये.

समजा, तुमच्या ऑफिसमधला एक कर्मचारी नेहमी उशिरा येतो आणि 'तू वेळेवर ऑफिसमध्ये ये' असं त्याला सांगायचं आहे. अशा वेळी 'तुम्ही नेहमी उशिरा येता' असे खडे बोल न सुनावता अप्रत्यक्षपणे सुचवायला हवं, की 'उद्या अतिशय महत्त्वाचं काम पूर्ण करायचं आहे, त्यासाठी तुम्हाला वेळेवर ऑफिसमध्ये यायलाच हवं.'

'समोरच्या मनुष्याला वाईट वाटता कामा नये' हेच अप्रत्यक्ष संवाद साधण्याचं मुख्य उद्दिष्ट असायला हवं. 'समोरच्याला या क्रिटिसिजमचं उत्तर देता येऊ नये,' हा जर तुमचा उद्देश असेल, तर याला 'टोमणा मारणं' किंवा 'आक्षेप घेणं' असं म्हणतात. अशा संवादाने लाभ कमी आणि हानीच जास्त होते. यासाठी तुमचा उद्देश शुद्ध असावा,

शिवाय समोरच्याने त्याचा चुकीचा अर्थही काढू नये.

५. तू एकटा नाहीस हे एकांतात सांगा :

एखाद्याला त्याच्या चुकीची जाणीव करून द्यायची असेल, तर त्याला ते एकांतात सांगायला हवं. पण बहुधा घडतं ते याच्या अगदी उलटच. लोक निंदा, टीका, एखाद्याचे गुणदोष यांबद्दल सर्वांसमोर बोलतात आणि स्तुती मात्र तो एकटा असताना करतात. खरंतर आपण कौतुक चारचौघांत, तर दोषारोप एकांतात करायला हवेत. आपण जेव्हा एखाद्याचे गुणावगुण त्याला एकांतात सांगता, तेव्हा त्याला जास्त वाईट वाटत नाही. कारण इतरांना या गोष्टीचा सुगावा लागत नाही. कोणत्याही मनुष्याला त्याची बाह्यप्रतिमा महत्त्वाची वाटत असते. ही बाह्यप्रतिमा जर डागाळली गेली, तर तसाच शिक्का त्याच्यावर बसेल आणि त्या प्रतिमेनुसारच लोक त्याच्याशी वर्तन करू लागतील, हे त्याला माहीत असतं.

समजा, अमुक एका कार्यालयात एखाद्या कर्मचाऱ्याच्या निष्काळजीपणामुळे एखादी चूक घडली. पण लोकांसमोर त्या कर्मचाऱ्याची प्रतिमा अतिशय चांगली असल्याने ती तशीच अबाधित राहावी, अशी त्याची इच्छा आहे. अशा मनुष्यास एकांतात त्याची चूक निदर्शनास आणून देऊन तुम्ही त्याची बाह्यप्रतिमा शाबूत राखलीत, तर तो मनुष्य क्रिटिगाइड करण्याच्या या पद्धतीला संधी समजून आपल्या चुका सुधारू शकतो.

डॉक्टर जेव्हा एखाद्या रुग्णाला त्याच्या गंभीर आजाराविषयी सांगतात, तेव्हा ते त्या रुग्णाला आपल्या केबिनमध्ये बोलावून एकांतात ही गोष्ट त्याला सांगतात, सर्वांसमोर सांगत नाहीत. इतरांसमोर आपली कमकुवत अशी प्रतिमा निर्माण होऊ नये, असंच काही लोकांना वाटत असतं, त्यामुळे अशा गोष्टी त्यांना एकांतात सांगणं, हीच आपल्याकडून त्यांना मिळालेली मदत ठरू शकते.

अशाप्रकारे काही परिस्थितीत एखाद्याची निंदा करायची असेल, त्याच्यावर दोषारोप करायचे असतील, तर या गोष्टी फक्त त्याच्याशीच कराव्यात आणि हीच योग्य पद्धत असू शकते.

लोकांना त्यांच्या चुका अथवा उणिवा सांगताना शक्यतो, 'या उणिवा असणारे तुम्ही एकटे नाही, बऱ्याच लोकांकडून अशी चूक घडते,' हेदेखील अवश्य सांगावं. तुम्ही स्वतःचं उदाहरण देऊन त्यांना दिलासाही देऊ शकता. उदाहरणार्थ, 'तुमची कामाची गती अतिशय मंद असल्याने तुम्हाला कॉम्प्युटरवर एक पान टाइप करायलाही एक तास लागतो, त्यामुळे टायपिंगची गती वाढवण्याकडे तुम्हाला लक्ष द्यावं लागेल,'

असं जेव्हा एखाद्याला सांगायचं असतं, तेव्हा तुम्ही म्हणू शकता, 'मी जेव्हा टायपिंगचं काम सुरू केलं होतं, तेव्हा मलादेखील टायपिंग करायला खूप वेळ लागत असे. मग मी आणखी थोडासा वेळ देऊन दोन महिने चिकाटीने सराव केला, त्यानंतर माझा स्पीड वाढला.' असं जेव्हा तुम्ही सांगता, तेव्हा समोरच्याला वाटतं, 'हे ठीक आहे, स्वाभाविक आहे आणि इतकंच नव्हे, तर हे सुधारता येणंही शक्य आहे.'

६. लोकांना त्यांच्या भाषेत समजावून सांगा :

समोरच्या मनुष्याला कोणते शब्द ऐकायला आवडतील, त्याला कोणत्या पद्धतीने सांगितलं तर अधिक रुचेल, या गोष्टींचा विचार करून त्याच्याशी संवाद साधला, तर आपल्याला जे सांगायचं आहे ते त्याला लवकर समजू शकतं.

एकदा एक मनुष्य भल्यामोठ्या खड्ड्यात पडला. मग लोकांनी त्याला बाहेर काढावं यासाठी तो जोरजोराने ओरडू लागला. त्याचा आवाज ऐकून लोक धावत-पळत तिथे गेले आणि त्याला म्हणाले, "तुमचा हात आमच्या हातात द्या, आम्ही तुम्हाला बाहेर काढू." परंतु त्याने कोणाचंही साहाय्य घेतलं नाही. उलट केवळ "मला बाहेर काढा... मला बाहेर काढा..." असंच ओरडत राहिला. लोकांची गर्दी जमलेली पाहून एक वाटसरू तिथे आला, त्याने खड्ड्यात डोकावून पाहिलं आणि त्वरित आपला हात पुढे करत खड्ड्यातील माणसाला म्हणाला, "माझा हात घ्या आणि त्याच्या आधारे बाहेर या." हे ऐकताच त्या माणसाने पटकन त्या वाटसरूचा हात धरला आणि तो बाहेर आला. हे दृश्य पाहून तिथे जमलेले सर्व लोक आश्चर्यचकित झाले, 'अरे! सर्व लोक त्याला किती वेळापासून हेच सांगत होते; परंतु त्याने कोणाचंही ऐकलं नाही. मग या वाटसरूचंच कसं काय ऐकलं असेल बरं?' लोकांनी जेव्हा याविषयी त्या वाटसरूला विचारलं, तेव्हा तो म्हणाला, "हा खड्ड्यात पडलेला मनुष्य माझा शेजारी आहे. मी त्याला चांगल्याप्रकारे ओळखतो. तो खूपच कंजूस आहे. तुम्ही सर्वजण त्याला हात द्यायला सांगत होता, त्यामुळेच तो कोणाचंही ऐकत नव्हता. मात्र मी जेव्हा त्याला माझा हात घ्यायला सांगितलं, तेव्हा कुठे तो बाहेर यायला तयार झाला." आहे ना गंमत!

'मी जर समोरच्या माणसाच्या जागी असतो, तर मला कोणते शब्द आवडले असते; मला कसं सांगितलं, तर मी माझ्यात सुधारणा घडवू शकेन,' असा विचार आपणदेखील करून पाहा. इतरांच्या जागी आपण स्वतः आहोत, अशी कल्पना करून संवाद साधला, तर लोकांना त्यांच्या चुकांची जाणीवही होईल, शिवाय त्यांना वाईटही वाटणार नाही आणि समोरील मनुष्याच्या दृष्टीने आपण वाईटही ठरणार नाही. शिवाय आपल्याला हवी असलेली सुधारणाही घडून येईल.

खंड ३
कुटुंबात संवाद कसा साधाल

आंतरसंवादाची किरणं प्रसारित करायला शिका

बऱ्याच वेळा लोक कुटुंबातील सदस्यांची चिंता करताना दिसतात. खरंतर चिंता करून काहीच उपयोग होणार नाही, हे सर्वांनाच माहीत असतं, तरीही चिंता सतावत असेल, तर मग काय करावं?

अशा वेळी कुटुंबातील एखाद्या सदस्याची चिंता करण्याऐवजी त्यांना शुभ किरणं पाठवायला हवीत. किरणं प्रसारित करणं म्हणजे जो वेळ तुम्ही चिंता करण्यात व्यर्थ गमावता, त्या वेळेचा उच्च उपयोग करायचा. आता किरणं पाठवणे आणि त्याचा आपल्या कुटुंबाला कोणता लाभ होणार आहे, हे समजून घेऊया.

तुमचे भाव, विचार यांद्वारे तुम्ही जेव्हा समोरच्याला आशीर्वाद देता, त्याच्याविषयी शुभचिंतन करता, तेव्हा त्या क्रियेला किरणं पाठवणे असं म्हणतात. समोरच्या मनुष्याविषयी तुम्ही जे विचार बाळगता, त्याच्या कल्याणाची जी कामना करता, ते विचारच खऱ्या अर्थाने शुभ किरणांचं काम करतात; मग भलेही त्याने तुमच्याशी काही गैरवर्तन केलेलं असो, तो तुमच्या कुटुंबातील सदस्य असो, मित्र-मैत्रीण, आई-वडील किंवा इतर कोणीही असो.

घरातील ज्या सदस्याची चिंता तुम्हाला सतावत असेल, त्याच्यासाठी आंतरिक मौनात राहून त्याला अशा प्रकारे किरणं पाठवा, 'ईश्वर तुम्हाला सद्‌बुद्धी देवो आणि मलाही देवो... तुम्ही ईशदूत आहात... तुम्ही सर्वोच्च यश प्राप्त करत आहात... आतापर्यंत जे काही झालं, ते झालं. आता आपण सर्वजण मिळून प्रेम, आनंद आणि शांतीसह राहूया...' तुम्ही जर अशी किरणं पाठवायला सुरुवात केली, तर मग सर्व दृश्यच बदलून जाईल आणि ज्यांना तुम्ही शुभकिरणं पाठवत आहात, त्यांच्यात अपेक्षित बदल होण्यास सुरुवात होईल.

११

कुटुंबात संवादमंच कसा बनवाल

एक असं कुटुंब आहे, ज्यातील सर्व सदस्य एकमेकांचे हितचिंतक आहेत. खरंतर कुटुंब असंच असतं. परस्परांचा विकास व्हावा अशीच कुटुंबातील सर्व सदस्यांची इच्छा असते. सद्यःस्थितीत किंवा भविष्यात एखाद्या सदस्याला दुःखाचा किंवा उद्विग्नतेचा सामना करण्याची वेळ यावी, अशी कोणाचीही इच्छा नसते. प्रसंगी कुटुंबातील सदस्य एकमेकांच्या समस्येचं ओझं स्वतःच्या खांद्यावर घ्यायलाही तयार असतात. असं असूनही काही कुटुंबांमध्ये भांडणं होतात, हे एक मोठं आश्चर्यच नव्हे का?

आपण जर या विषयावर सखोलतेनं मनन केलं, तर यामागील योग्य कारणं आणि त्यांचे उपाय आपल्या समोर येऊ शकतील. यात सर्वांत महत्त्वपूर्ण कारण आहे संवादाचा अभाव! अर्थातच यावरील उपाय आहे– सुयोग्य संवाद!! कुटुंबातील सर्व लोकांमध्ये संभाषण करण्याचं कौशल्य आणि ऐकण्याची पूर्ण क्षमता असेल, तर असं कुटुंब प्रेम आणि आनंद यांचं शिखर गाठू शकतं. तत्पूर्वी

आपण हे समजून घेण्याचा प्रयत्न करू, की कुटुंबातील सदस्यांचं एकमेकांवर खूप प्रेम आहे, ते परस्परांना दुःखी करू इच्छित नाहीत आणि तरीही त्या कुटुंबात भांडणं होत आहेत. याचाच अर्थ, ते एकमेकांना समजून घेत नाहीत. ही बाब सविस्तर समजावी, यासाठी आपण एक उदाहरण पाहूया–

समजा, तुमचा भाऊ हॉलमध्ये सोफ्यावर बसून टीव्ही पाहत आहे. बसल्या जागेवरूनच तो तुम्हाला हाक मारून पिण्यासाठी एक ग्लास पाणी घेऊन यायला सांगतो. परंतु त्याची हाक तुमच्यापर्यंत पोहोचू शकत नाही. म्हणून तो पुन्हा हाक मारतो. यावेळी तुम्ही ती हाक ऐकता; परंतु मालिका पूर्ण झाल्याशिवाय तुमची उठण्याची इच्छा नसते. काही काळ थांबून तो पुन्हा तिसऱ्यांदा मोठ्याने आवाज देतो. अशा वेळी तुमचा प्रतिसाद कसा असतो? तुम्ही रागारागाने त्या जागेवरून उठाल, धावत बेडरूममध्ये जाल आणि त्याला वाट्टेल ते बोलाल... हे तर तुम्ही चांगलंच जाणता.

आता आपण या घटनेत थोडासा बदल करूया. यावेळी तुमचा भाऊ बेडरूममध्ये नसून हॉस्पिटलमध्ये आहे. त्याला काही वेदनाही होत आहेत. अशा परिस्थितीत त्याने तिसऱ्यांदा हाक मारली, तर तुमची प्रतिक्रिया कशी असेल? तुम्ही धावत-पळत त्याच्याकडे जाल, उशीर झाल्याबद्दल क्षमायाचना कराल. आता तुमच्या वागण्यात इतका फरक का पडला? कारण तुम्हाला त्या सदस्याची अवस्था समजत असते, त्यामुळे तुम्ही त्याची काळजी घेता.

अशाप्रकारे बाह्य अवस्था दिसून येत असल्याने लोकांचा प्रतिसाद बदलतो; परंतु भावनिक स्थिती दिसत नसल्याने लोक अयोग्य प्रतिसाद देत राहतात.

तुमच्या कुटुंबातील सदस्यदेखील कित्येक वेळा अशाच भावनिक स्थितीने त्रस्त असतात, हे तुम्हाला माहीत आहे का? तुम्ही त्यांची भावनिक स्थिती जाणू शकत नाही, त्यामुळे तुम्ही त्यांच्यावर रागावता, ओरडता.

बहुसंख्य कुटुंबांत संवाद साधताना हीच समस्या निर्माण होते. त्यावेळी सर्वांसमोर वेगवेगळं दृश्य असतं. कुटुंबात जेव्हा एखाद्या विषयावर चर्चा केली जाते, तेव्हा सर्वजण एकच दृश्य वेगवेगळ्या दृष्टिकोनातून पाहताहेत, हे त्यांना समजतच नाही. अशा वेळी सर्वांचा समान दृष्टिकोन असावा यासाठी संवादमंच तयार करण्याची आवश्यकता असते. पुढील उदाहरणाने ते अधिक स्पष्ट होईल.

लहानपणी एका मुलाला त्याचे शिक्षक 'तू मूर्ख आहेस' असं म्हणाले, ते ऐकून वर्गातील इतर मुलं जोरजोरात हसू लागली. या घटनेने त्याच्यात अपमानित झाल्याची

भावना निर्माण होऊन 'मूर्ख' हा शब्द त्याने घोर अपमानाशी जोडला. तेव्हापासून तो शब्द म्हणजे त्याच्यासाठी जणू काही अर्वाच्य शिवीच बनला. कालांतराने त्याचं लग्न झालं. मात्र त्याची पत्नी 'मूर्ख' हा शब्द अगदी सहजपणे उच्चारत असे. एकदा ती मजेमजेत त्याला मूर्ख म्हणाली. पण हा शब्द ऐकताच त्या मुलात लहानपणी अनुभवलेली अपमानाची भावना अचानक जागृत झाली. परिणामी त्याने पत्नीशी भांडण केलं आणि असे शब्द सुनावले, जे तिच्यासाठी खूपच त्रासदायक ठरले. अशा रीतीने त्यांच्यातील वाद वाढतच गेला.

त्या मुलाला जर संवादमंच बनवण्याचं ज्ञान असतं, तर तो पत्नीला म्हणाला असता, 'हे पाहा, या शब्दाने माझ्यात अपमानित झाल्याची भावना निर्माण होते. तुला जरी माझा राग आला, तरी कृपया तू कधी या शब्दाचा वापर करू नकोस. इतर कुठल्याही शब्दांचा उपयोग तू करू शकतेस.' मग पत्नीदेखील ही बाब समजून घेऊन सहजतेने स्वीकारू शकेल. कारण इथे दोघेही एकाच मंचावर आल्याने समस्येचं निरसनही होतं. यासारख्याच अशा कित्येक समस्या आहेत, ज्या कुटुंबामध्ये वारंवार उद्भवतात. अशा समस्यांसाठी जर कुटुंबातील सर्व लोकांनी मिळून संवादमंच बनवला तर किती तरी समस्या कायमस्वरूपी नष्ट होऊ शकतील.

आपण एकमेकांशी कशा पद्धतीने वागायचं, कशा प्रकारे बोलायचं, हे नातेवाइकांनी ठरवलं पाहिजे. काय बोलल्याने कुणाला राग येतो... काय बोलल्याने शांती आणि प्रेम जाणवतं... लोकांसमोर कशा पद्धतीने बोललेलं त्यांना आवडतं... त्यांना जेव्हा क्रोध येतो, तेव्हा त्यांच्याशी कसं बोलायला हवं... या गोष्टी आधीपासूनच ठरवलेल्या असतील, तर अतिशय कठीण परिस्थितीतही ते एकमेकांच्या भावना जाणून संवाद साधू शकतात.

मात्र, तुम्हाला हा संवादमंच आपापसांत मतभेद, वादविवाद झाल्यानंतर नव्हे, तर खूप आधीच तयार करायचा आहे, जेणेकरून परिस्थिती योग्य वेळेत सावरली जाऊ शकेल. विशेषतः ज्या समस्या वारंवार उद्भवतात, त्या घटनांमध्ये तर संवादमंच तयार करायला प्राधान्य द्यायलाच हवं.

जसं, काही समस्या या आर्थिक व्यवहार, कुटुंबातील मुलांचा किंवा एखाद्या सदस्याचा स्वभाव, टीव्ही, मोबाइल यासंदर्भात असू शकतात. पण चर्चा करून, संवाद साधून या समस्यांचं निरसन निश्चितच होऊ शकतं.

प्रत्येकजण आपापल्या जुन्या धारणांनुसार बोलत असतो, यासाठीदेखील संवादमंच तयार करणं आवश्यक ठरतं. उदाहरणार्थ, 'समोरचा खूप जिद्दी आहे, त्यामुळे

त्याच्याशी अमुक पद्धतीनेच बोलायला हवं, अन्यथा तो कधीच सुधारणार नाही,' असं तुम्हाला वाटतं. परंतु अशीही शक्यता असू शकते, की तुम्ही त्याच्याशी ज्या पद्धतीने बोलता, तेच त्याला आवडत नसेल, म्हणून त्याच्यात बदल होत नसेल. यासाठी तुम्ही त्याच्याशी वेगळ्या शब्दांत किंवा वेगळ्या पद्धतीने बोलायला हवं. तुम्ही जेव्हा त्या समोरच्या व्यक्तीशी संवादमंच बनवाल, तेव्हाच या गोष्टी तुम्हाला माहीत होतील.

उदाहरणार्थ- 'हे पाहा, मी जेव्हा अमुक पद्धतीने बोलतो, तेव्हा खूप गंभीर असतो आणि अशा वेळी मला तुमच्याकडून अमुक प्रकारच्या प्रतिसादाची अपेक्षा असते,' हे जेव्हा वडील मुलांशी संवादमंच बनवून त्यांना सांगतील, तेव्हा मुलांना ते स्पष्ट होईल, अन्यथा वडिलांना आपल्याकडून नेमकं काय हवंय, हेच मुलांना समजत नाही. अगदी अशाच प्रकारे मुलांना काय हवंय हेदेखील वडिलांनी त्यांना विचारायला हवं, तसंच मुलांना वडिलांचं कोणतं रूप आवडतं, हेही त्यांना विचारायला हवं.

घरातील सर्व लोक जेव्हा आपापसांत संवादाची पद्धत ठरवतील, तेव्हा अनुचित परिस्थिती निर्माण झाल्यानंतरही सर्वजण एकाच मंचावर येऊन, योग्य समज अंगीकारून उचित प्रतिसाद देण्याची शक्यता निर्माण होते.

संवादमंच कसे तयार करावेत, हे आता आपण समजून घेऊया.

१. सांकेतिक शब्दांचा (कोड लँग्वेजचा) प्रयोग करा :

काही प्रसंगी बाहेरचे बरेच लोक तुमच्यासोबत असतात आणि तुम्हाला तुमचा भाऊ, बहीण अथवा पत्नी यांना काही महत्त्वाच्या बाबी सांगायच्या असतात. परंतु ते इतर लोकांना कळू नये, अशी तुमची इच्छा असते. अशा वेळी तुम्ही सांकेतिक शब्दांचा, कोडवर्डचा उपयोग करू शकता. कोडवर्डच्या साह्याने तुम्ही आसपास इतर लोक असतानाही तुम्हाला जे सांगायचंय ते सहजपणे सांगू शकता.

प्रख्यात सिने अभिनेता फरहान अख्तर यांनी एका मुलाखतीत त्यांच्या लहानपणीची एक घटना सांगितली. त्यात त्यांनी त्यांच्या कुटुंबात सांकेतिक शब्दांचा वापर केला जात असे, हेही सांगितलं. फरहान अख्तरच्या घरी जेव्हा पाहुणे येत, तेव्हा त्यांचा पाहुणचार करण्यासाठी घरी वेगवेगळे खाद्यपदार्थ आणले जात. घरातील मुलंही मग अशावेळी मिठाई, पक्वान्न यांचा आस्वाद घेण्यासाठी उत्सुक असायची. परंतु मुलांना ते पदार्थ खाताही यावेत आणि पाहुण्यांनादेखील कमी पडू नयेत, याकरिता त्यांची आई काही संकेत द्यायची. काही वेळा ती म्हणत असे, 'एफ.एच.बी. (FHB)' याचा अर्थ, 'फॅमिली होल्ड बॅक', म्हणजे मिठाई वा पक्वान्न कमी आहे, तुम्ही थोडंसं

थांबा, तसंच काहीवेळा ती म्हणत असे, 'एफ.टी.पी. (FTP)' (फॅमिली तुटून पडा) याचा अर्थ पदार्थ मुबलक आहेत, मनसोक्त खा. अशा प्रकारे कोडवर्डचा प्रयोग केल्याने सर्वांना संकेतही मिळत असे आणि पाहुण्यांनाही काही समजत नसे.

तुम्हीदेखील आपल्या कुटुंबाच्या, मित्रांच्या वा सहकाऱ्यांच्या मदतीने असे काही शब्द तयार करू शकता. यासाठी तुम्ही निरनिराळी गाणीदेखील गुणगुणू शकता.

२. मुद्रा किंवा संकेत ठरवा :

शब्दांऐवजी संकेत अथवा मुद्रांच्या साहाय्यानेदेखील तुम्ही इशारा करू शकता. उदाहरणार्थ, ध्यानासाठी बसताना तुम्ही जेव्हा अंगठा आणि तर्जनी (अंगठ्याजवळचे बोट) जोडता, तेव्हा तुमचं मन शांत होऊन तुम्हाला ध्यानावस्थेत बसण्याचा संकेत मिळतो. अशा प्रकारच्या विविध मुद्रा तुम्ही तयार करू शकता आणि त्यांच्या माध्यमातून समोरच्याला संकेत देऊ शकता. उदाहरणार्थ, कानाला हात लावणे, याचा अर्थ तुम्ही समोरच्याला शांत राहण्याचा संकेत देता. आपले डोळे क्षणभर बंद करणे, याद्वारे तुम्ही समोरच्याला गप्प बसण्याचा संकेत देता. अशा प्रकारे आपापसांत चर्चा करून तुम्ही आणखी काही इशारे ठरवू शकता.

३. फ्रिज मॅग्नेटद्वारे प्लॅटफॉर्म बनवा :

वास्तविक कुटुंबातील सदस्यांना तुमच्याकडून सहकार्य, आपुलकी आणि तुमचं लक्ष या गोष्टी हव्या असतात. दिवसभरात ज्या काही घटना घडल्या, त्या तुम्हाला सांगण्याची त्यांची इच्छा असते. त्याचबरोबर एखाद्या कामाबद्दल त्यांना तुमचा सल्लाही हवा असतो. परंतु कित्येक वेळा तुमचा अथवा समोरच्या माणसाचा मूड चांगला नसल्याने सगळं काही सुरळीत होण्याऐवजी वातावरण बिघडून जातं. अशा वेळी सर्वांची मनःस्थिती लक्षात घेऊन संवाद साधण्यासाठी कुटुंबातील लोकांना एकमेकांचा मूड माहीत असणं आवश्यक ठरतं. हा प्लॅटफॉर्म तयार करण्यासाठी तुम्ही घरात फ्रिज मॅग्नेट लावू शकता. हा मॅग्नेट तुम्हाला एकमेकांचा मूड समजण्यासाठी साहाय्यक ठरेल.

तुम्ही तुमचा मूड विविध रंगांच्या साहाय्यानेदेखील दर्शवू शकता. यासाठी कोणता रंग कोणत्या भावनेचं प्रतीक आहे, हे आधीच ठरवायला हवं. जसं- लाल मॅग्नेट फ्रिजवर लावला असेल, तर याचा अर्थ, तुम्ही रागात आहात, त्रस्त आहात, तुमचा मूड खराब आहे असं इतरांना समजेल. हिरवा मॅग्नेट लावला असेल, तर तुम्ही खुश आहात, तुमची मनःस्थिती उत्तम आहे. पिवळं मॅग्नेट लावलं असेल तर सर्वकाही ठीक आहे, नॉर्मल आहे. काळा मॅग्नेट लावला असेल, तर तुम्ही संभ्रमावस्थेत आहात.

अशा प्रकारे कुटुंबातील सर्व लोक मॅग्नेटच्या आधारे आपापल्या भावना व्यक्त करू शकतात. मतभेद टाळून आपापसांत आदर, प्रेम वाढण्यासाठी हा मॅग्नेट प्लॅटफॉर्म अतिशय उपयुक्त ठरेल. विशेषतः संध्याकाळी कुटुंबातील बहुतेक लोक जेव्हा घरीच असतात, त्यावेळी याचा जास्त उपयोग होईल.

कुटुंबातील कोणताही सदस्य घरी आल्यानंतर प्रथम फ्रिज मॅग्नेट पाहील. तेव्हा फ्रिजवर कुटुंबातील प्रत्येक सदस्याच्या नावापुढे एकेक मॅग्नेट लावलेलं असेल. मग ते लाल, हिरव्या, पिवळ्या किंवा काळ्या अशा कोणत्याही रंगाचं असू शकतं.

फ्रिजवरील मॅग्नेट पाहून कोणत्या सदस्याशी कशा प्रकारे संवाद साधायचाय, हे प्रत्येकाला समजेल.

इथे उदाहरणादाखल फ्रिज मॅग्नेटचा उपयोग करायला सांगितलं आहे. मात्र तुम्ही अन्य काही पद्धतींचादेखील उपयोग करू शकता. जसं, वेगवेगळी चिन्हं, चित्रं, शब्द, सुविचार किंवा म्हणीदेखील लिहू शकता. एक प्लॅटफॉर्म तयार करून सर्वांना एकमेकांशी व्यवस्थित संवाद साधता यावा, हाच यामागचा उद्देश आहे.

४. कुटुंबात मीटिंग कल्चरचा अवलंब करा :

मीटिंग कल्चर हा घरातील सर्व सदस्यांना एकाच प्लॅटफॉर्मवर आणण्यासाठी अतिशय उत्तम उपाय आहे. ज्याप्रकारे लोक कंपन्यांमध्ये मीटिंग्जद्वारे समस्यांचं निरसन करतात, त्याचप्रकारे घर किंवा कुटुंबातील सदस्यांच्या समस्याही मीटिंग्जद्वारे सोडवता येऊ शकतील. आपापसात चर्चा करून सर्व तक्रारी दूर केल्या जाऊ शकतात. यालाच निरोगी चर्चा असंही म्हटलं जातं. परंतु बहुसंख्य कुटुंबांमधील लोक मीटिंगच करू इच्छित नाहीत, कारण त्यात चर्चा कमी आणि भांडणं जास्त असा प्रकार घडतो. परंतु मीटिंगमध्ये कोणती बाब कधी आणि कशी मांडायची, हे जर माहीत असेल, तर सर्वांमध्ये संवादमंच सहजपणे तयार केला जाऊ शकतो.

सर्वांना बोलण्याचं स्वातंत्र्य दिलं तर कुटुंबातील सर्व लोक मीटिंगमध्ये आपापले विचार सहजतया व्यक्त करतात, हे पाहून तुम्हाला आश्चर्य वाटेल. घरातील सदस्यांनी कुणाबद्दल काहीही आक्षेप नोंदवला, तरी त्यांना बोलण्याची पूर्णपणे मुभा, स्वातंत्र्य द्यायला हवं. मीटिंगमध्ये सर्वांचं म्हणणं ऐकून घेण्यासाठी संयम आणि धैर्यही आवश्यक असतं. योग्य रीतीने प्रयत्न केले तर कुटुंबातील प्रत्येक सदस्यासोबत असा संवादमंच तयार केला जाऊ शकतो, ज्यात प्रत्येकजण प्रांजळपणे आपापलं मनोगत मांडू शकेल. अन्यथा भांडणं होण्याच्या भीतीमुळे लोक अर्धसत्यच सांगतात. कुटुंबात संवादमंच

तयार केल्याने सर्व सदस्य निष्कपट होऊन मनमोकळेपणाने बोलू शकतील.

फॅमिली मीटिंग ही खरंतर एकमेकांना सुधारण्यासाठी नसून, आपापसांतील संबंध सुदृढ बनावेत यासाठी करायची आहे, ही बाब इथे प्रकर्षाने लक्षात घेणं आवश्यक आहे. अन्यथा प्रत्येकाला इतरांनाच सुधारण्याची इच्छा असते, स्वतःला मात्र सुधारायचं नसतं. यासाठी एकमेकांना सुधारण्याची इच्छा बाजूला ठेवून समोरच्या सदस्याचं म्हणणं पूर्णपणे ऐकून घेण्याची, त्याला समजून घेण्याची गरज असते. अर्थात, इथे आधी समोरच्याचं म्हणणं ऐकायला, त्याला समजून घ्यायला प्राधान्य द्यायला हवं.

अशा प्रकारे तुम्ही वेगवेगळ्या पद्धतींनी कम्युनिकेशन प्लॅटफॉर्म (संवादमंच) तयार करू शकता. याच्या साहाय्याने कुटुंबातील लोक एकमेकांची मानसिक अवस्था जाणून मोकळेपणाने चर्चा करू शकतील आणि आनंदी जीवन जगू शकतील.

५. मुलांशी बोलण्याची आणि त्यांचं ऐकून घेण्याची योग्य पद्धत :

बऱ्याच वेळा आई-वडील मुलांना 'हे करा... ते करू नका... हे करणं योग्य नाही... तसं करणं चांगलं...' असं सांगत असतात. सर्वसामान्यपणे आपल्याला सर्वत्र असंच चित्र पाहायला मिळतं. परंतु अशा प्रकारचा संवाद लहान मुलं अथवा युवक-युवती कितपत समजू शकतात बरं? आई-वडील आपल्याकडून असं का करवून घेतात, हे तरी त्यांना पूर्णपणे समजू शकतं का? त्यांना त्यांच्या 'का'चं उत्तर मिळतं का? नाही. त्यांच्या 'का'चं उत्तरच त्यांना दिलं जात नाही.

तुम्ही ज्या ज्या वेळी मुलांना 'असं करू नकोस' हे सांगता, त्या त्या वेळी तुमचं म्हणणं त्यांनी ऐकावं यासाठी त्यासोबत तुमची भावनादेखील जोडायला हवी. उदाहरणार्थ, ५-६ वर्षांचं मूल जर उंचावरून उडी मारण्याचा प्रयत्न करत असेल आणि ते पाहून 'ते पडणार तर नाही ना' असं तुम्हाला वाटलं, तर त्वरित त्याला सांगायला हवं, 'बेटा, इतक्या उंचावरून उडी मारू नकोस. कारण तू पडशील, तुला जखम होईल याची मला भीती वाटते आणि तुला जर इजा पोहोचली, तर मला दुःख होईल.' अशा प्रकारे संवाद साधल्याने मूल तुमची भावना समजू शकेल. हीच बाब एका वास्तव उदाहरणाद्वारे समजून घेता येईल.

काही किशोरवयीन मुलं दिवसभर मोबाइल आणि टॅब घेऊन बसत असत. असं करणं खरंतर त्यांच्या आरोग्यासाठी खूपच घातक आहे, हे कित्येक वेळा त्यांच्या आईने त्यांना सांगण्याचा प्रयत्न केला. परंतु तिच्या सांगण्याचा त्यांच्यावर कोणताही परिणाम होत नसे.

एके दिवशी तिने मुलांना आपल्या जवळ बसवून त्यांच्याशी संवाद साधला. ती त्यांना म्हणाली, ''तुम्ही दिवसभरातील जवळपास सर्व वेळ मोबाइल आणि टॅब यांच्या स्क्रिनसमोर घालवता. याचा भविष्यात तुमच्या आरोग्यावर घातक परिणाम होऊन तुम्हाला त्रास तर होईलच; परंतु तुमचा त्रास पाहून मला अधिक वाईट वाटेल. असं घडू नये अशी माझी इच्छा आहे. यासाठी प्रथम तुम्ही मोबाइलचे लाभ आणि दुष्परिणाम जाणून घ्या, त्यानंतरच या वस्तूचा उपयोग करा.''

या चर्चेनंतर मुलांनी मोबाइल आणि टॅब यांचा वापर कमी केल्याचं आईला आढळून आलं. अशा प्रकारे आई-वडिलांनी मुलांवर नियंत्रण ठेवण्याऐवजी योग्य संवादाच्या साहाय्याने त्यांना उचित समज प्रदान केली, तर त्यांचं भविष्य उत्तमरीत्या साकारू शकतं.

मुलांना समजून घेण्यासाठी, त्यांच्यासाठी तुम्ही किडनॅप व्हा. किड म्हणजे लहान मूल आणि नॅप म्हणजे झोप. इथे किडनॅपचा अर्थ आहे- झोपलेलं लहान मूल. लहान मूल जेव्हा झोपलेलं असतं, तेव्हा आई-वडील अजिबात आवाज करत नाहीत, कोणत्याही प्रकारचा त्रास त्याला होऊ देत नाहीत. अशाच प्रकारे मुलं जेव्हा बोलू लागतील, तेव्हा तुम्ही केवळ ऐकण्याचं काम करा आणि त्यांना अधिकाधिक बोलण्याची संधी द्या. मुलांच्या मनात जे काही आहे, ते मोकळेपणाने व्यक्त करण्याचं स्वातंत्र्य त्यांना द्या. मग ती इतर कोणाविषयी काही बोलत असतील अथवा तुमच्याविषयीही बोलत असतील, तरी त्यांना त्यांचं म्हणणं पूर्णपणे मांडण्याची संधी द्यायलाच हवी. यालाच 'पूर्णता करणं' असंही म्हणतात.

सांकेतिक भाषेची काही उदाहरणं :

▶ मून (चंद्र) — बजेट नाही/जास्त महाग आहे.

▶ सी.ओ. — आणखी काही दुकानांमध्ये पाहूया.

▶ ए.एन. — आता नाही.

▶ मॅजिक — आता कोणताही हट्ट पूर्ण केला जाणार नाही, नंतर मोठं गिफ्ट दिलं जाईल.

▶ ईस्ट-वेस्ट — काहीही विचार न करता मदत करा/काम करा.

▶ १+१=११ — साफसफाई करण्यात सहभागी व्हा.

▶ लाइफलाइन — मला एकांत लाभू द्या. निर्णय माझ्यावर सोपवा.

- टी–के – टेक चार्ज – हे तुम्हीच सांभाळा.
- लव्ह यू जिंदगी (गाणं) – सर्वांसमोर रागावू नका.
- कोल्ड ड्रिंक – नाराजी गिळून टाका.
- साथ द्या – दुसऱ्या ग्राहकाकडे लक्ष द्या, पहिला सोडून द्या.
- एम–जी–एम – जेवण इतकंच आहे, मॅनेज करा (पाहुणे असतील तर).

अडचणीत टाकणाऱ्या घटनांमधील सांकेतिक भाषेची काही उदाहरणं :

- स्टेटस अपडेट करा – तुमच्या कपड्यावर डाग पडला आहे, अथवा तो थोडासा फाटला आहे.
- मोबाइल लॉक आहे का – कपड्याचं बटन वा चेन खुली आहे.
- पेट्रोल महाग झालंय – खूप खाल्लंय, आता पुरे करा.
- म्युझिक लावा – खाताना आवाज करू नका.
- रिंग टोन बदला – माझ्या भूतकाळातील घटना सांगू नका.

मुद्रा :

- नाण्याने टॉस करण्याची मुद्रा– त्रस्त होऊ नका, सकारात्मक विचार बाळगा.
- कानाला हात लावणे – शांत राहा
- क्षणभर डोळे बंद करणे – गप्प राहा
- पायाला टॅप करणे – जास्त बोलू नका
- मूठ बंद करणे – भावना नियंत्रित करा

**नात्यांमध्ये राईचा पर्वत होऊ नये, तर तिळाचा गोडवा मिळावा
यासाठी कुटुंबात एक संवादमंच असायला हवा, जेणेकरून
नात्यातील कटुता संपुष्टात येईल आणि तुम्ही
आनंद वाटत म्हणाल– 'तिळगूळ घ्या, गोड गोड बोला...'**

– सरश्री

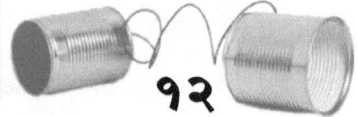

१२
नाती भिंती नव्हे, आरसा बनावीत

मनुष्याचा लोकांशी संवाद कमी अथवा बंद होतो, त्या वेळी नात्यांमध्ये जणू काचेची भिंत उभी राहायला सुरुवात होते. साहजिकच यामुळे नातेसंबंधांत कटुता निर्माण होऊ लागते. आपण बऱ्याच दिवसांनंतर जेव्हा एखाद्याशी संवाद साधायला जातो, तेव्हा सुरुवातीला थोडासा संकोच वाटतो. अशा वेळी संवादात अवरोध निर्माण होऊन पूर्वीसारखा मोकळेपणा राहत नाही, हे तुम्हीदेखील अनुभवलं असेल. कधी कधी तर या अवरोधामुळे लोक बोलणंच टाळतात, परिणामी नातेसंबंध आणखी बिघडतात. म्हणून कोणत्याही नात्यात असा दुरावा तयार होण्यापूर्वीच ती भिंत पाडणं आवश्यक ठरतं. ही भिंत काचेची असल्याने पारदर्शकतेमुळे ती दिसून येत नाही. पण जेव्हा तिला तडा जातो, तेव्हाच तिच्या अस्तित्वाची जाणीव होते.

बऱ्याच वर्षांपूर्वीची एक घटना आहे. व्यक्तिमत्त्व विकासाच्या कोर्समध्ये जेव्हा 'ग्लास ब्रेकिंग' या विषयावर लेक्चर झालं, तेव्हा एका विद्यार्थ्याने घरी

जाऊन या तंत्राचा प्रयोग करण्याचा निश्चय केला. रात्रीचं जेवण आटोपल्यानंतर तो वडिलांच्या खोलीत गेला. वडील झोपायच्या तयारीत होते. तो वडिलांना म्हणाला, ''मला तुमच्याशी काही बोलायचं आहे.'' वडील बेडवर उठून बसले आणि त्यांनी मुलाला बोलायला परवानगी दिली. मुलाने बोलायला सुरुवात केली, ''बाबा, मी तुमच्यावर मनापासून प्रेम करतो आणि तुमच्याबद्दल मला नितांत आदरही आहे, हे मला तुम्हाला खूप दिवसांपासून सांगायचं आहे. आमच्या गरजा पूर्ण करण्यासाठी तुम्ही जे काही केलंय आणि आजही जे करत आहात, त्याची भरपाई तर आम्ही कधीही करू शकणार नाही. तुम्ही आजवर जे काही केलंय, ते आमच्यावरील प्रेमापोटीच केलंय आणि आमच्याकडून त्याची परतफेड व्हावी अशी इच्छाही तुम्ही कधी बाळगत नाही. या सर्व गोष्टींसाठी मी आपले आभार मानू इच्छितो. तुम्ही जाणताच, की आम्ही सर्वजण तुमच्यावर खूप प्रेम करतो आणि तुमचा खूप आदरही करतो. परंतु ते शब्दरूपाने व्यक्त करण्याची संधी आज मला मिळाली.''

एवढं बोलून मुलाने त्याचं बोलणं संपवलं. वडील डोळे पुसत, कापऱ्या स्वरात म्हणाले, ''ठीक आहे... छान... आता जाऊन झोप जा.'' वडिलांचे हे प्रेमळ शब्द ऐकल्यानंतर मुलगा त्याच्या खोलीत गेला. आज मुलाने ती काचेची भिंत पाडली होती. या घटनेनंतर दोघांमधील प्रेम कित्येक पटीने तर वाढलंच, शिवाय दोघांनाही पूर्णतेची आणि प्रेमयुक्त आनंदाची अनुभूतीही आली. खरंतर हे प्रेम त्यांच्यात पूर्वीपासूनच होतं, परंतु ते शब्दांतून व्यक्त झालं नव्हतं इतकंच! अशा प्रकारचं प्रेम आपण कुटुंबात सतत अनुभवू शकतो. मात्र यासाठी आपल्याला नकळतपणे बनणाऱ्या काचेच्या भिंतीविषयी जागरूक राहावं लागेल. किंबहुना उचित संवाद साधून, अशी भिंत बनूच नये यासाठी सतत प्रयत्नशील राहावं लागेल.

एक सामान्य माणूस सकाळपासून रात्रीपर्यंत आपल्या आप्त-स्वकीयांवर रागावत राहतो, नाराज होतो, चिडचिड करतो. परंतु दिवसभरात प्रेमाचे वा धन्यवादाचे भाव तो किती वेळा प्रकट करतो? राग आणि चिडचिड यांच्या तुलनेत खूपच कमी वेळा तो प्रेम दर्शवतो, त्यामुळे नात्याच्या तराजूचं संतुलन राहत नाही. मग इतरांकडून अपेक्षा पूर्ण न झाल्याने नाराजीचं पारडं जड होत जातं. वास्तविक क्रोध आणि नाराजी यांमागे मनुष्याचं प्रेमच दडलेलं असतं; परंतु ते तो कधीही व्यक्त करत नाही. तो विचार करतो, 'प्रेम व्यक्त करण्याची गरजच काय, मी तर रात्रंदिवस कुटुंबासाठीच काबाडकष्ट करतो ना! वास्तविक यासाठी त्यांनीच कृतज्ञता बाळगायला हवी.' बहुसंख्य नात्यांमध्ये हेच आढळतं. त्यांच्यासाठी प्रेम ही केवळ वाढदिवसाच्या दिवशी वा एखाद्या सण-उत्सवानिमित्त काहीतरी भेटवस्तू देऊन व्यक्त केली जाणारी गोष्ट असते. परंतु

नातेसंबंधांत माधुर्य निर्माण करण्यासाठी वेळोवेळी प्रेम आणि कृतज्ञता व्यक्त करणंही अतिशय आवश्यक आहे. दररोज नव्हे, तर किमान आठवड्यातून एकदा तरी शब्दांद्वारे प्रेम व्यक्त करायलाच हवं. याचा अर्थ, तुम्ही दररोजच प्रेमयुक्त वाक्यं उच्चारण्याची गरज नाही. कधी कधी किंवा आवश्यक असेल तेव्हा एखादं वाक्य अथवा एखादा शब्ददेखील पुरेसा ठरू शकतो. असं केल्याने नात्यांमध्ये काचेची भिंतच तयार होणार नाही, उलट तुम्हाला तुमच्यातील प्रेमाचं दर्शन घडेल. अशा प्रकारे नाती तुमच्यासाठी आरसा बनतील.

नात्यांमध्ये ग्लास ब्रेकिंग कसं करता येऊ शकतं, हे ग्लास (GLASS) या शब्दातील इंग्रजी मुळाक्षरांच्या साहाय्याने सहजपणे समजू शकेल.

१. जी (G) - ग्रॅटिट्यूड म्हणजे आभार प्रकट करणे, धन्यवाद देणे. 'तुम्ही आमच्यासाठी खूप काही करता, त्यासाठी आम्ही तुमचे खूप खूप आभारी आहोत,' अशी कृतज्ञता आप्तस्वकीयांकडे तुम्ही व्यक्त करता; याचाच अर्थ, त्यांच्यात सद्भावना निर्माण करता, तुमच्या दृष्टीने ते महत्त्वाचे ठरतात. साहजिकच तुम्हा दोघांमध्ये असलेली भिंत कोसळू लागते. शिवाय, लोकांना तुमच्याकडून अशा गोष्टी ऐकायला आवडतात.

साठी उलटलेल्या एका गृहस्थाला त्याचा मित्र बऱ्याच वर्षांनी भेटायला आला. दोघेही मित्र भूतकाळातील घटना, आठवणीतील सोनेरी क्षण यांना उजाळा देऊ लागले. दोघांनी आपापल्या कुटुंबासाठी काय काय केलं, हे एकमेकांना सांगायला सुरुवात केली. गप्पांदरम्यान एक मित्र दुसऱ्याला म्हणाला, ''तू तुझ्या कुटुंबासाठी इतकं सगळं केलंस, किती मोठा त्याग केलास, सर्वांना भरपूर प्रेम दिलंस, परंतु स्वतःचा कधी विचारच केला नाहीस. नेहमी मुलं, सुना, बायको यांच्यासाठीच राबत आलास.''

आता जेव्हा दुसऱ्या मित्राची बोलण्याची वेळ आली, तेव्हा त्याच्या डोळ्यांतून अश्रू ओघळू लागले होते. ते पाहून पहिला मित्र घाबरला. 'मी काही चुकीचं तर बोललो नाही ना?' असं वाटून तो त्याच्याकडे प्रश्नार्थक दृष्टीने पाहू लागला. यावर तो मित्र म्हणाला, ''मित्रा, तू काहीच चुकीचं बोलला नाहीस. उलट तू आज जे काही बोललास, ते ऐकण्यासाठी कित्येक वर्षांपासून माझे कान आसूसले होते. माझ्या भावना समजू शकणारा तू पहिला मनुष्य आहेस. माझ्या कुटुंबाला तर माझी काहीच पर्वा नाही. पण आज तुझे शब्द ऐकून मी कृतकृत्य झालो.''

ज्याप्रमाणे प्रत्येक वयोवृद्ध मनुष्याला कुटुंबात सर्वांनी त्याच्याविषयी कृतज्ञता दर्शवावी अशी इच्छा असते, त्याचप्रमाणे आपल्या आप्तस्वकीयांनी आजवर काय काय केलंय, हेदेखील ऐकण्याची त्यांना इच्छा असते. म्हणून तुमच्याविषयी आमच्या मनात अतिशय महत्त्वाचं, आदराचं स्थान आहे, हे आपण त्यांना दाखवून द्यायला हवं.

२. **एल (L)** – लिसनिंग म्हणजे ऐकणे. संवादमंच म्हणजेच कम्युनिकेशन प्लॅटफॉर्म तयार करण्यासाठी 'ऐकण्याची कला' साहाय्यक ठरते. त्यामुळे हा विषय पुढे वेगळ्या भागात विस्तृत स्वरूपात मांडण्यात आला आहे.

३. **ए (A)** – ॲप्रिशिएशन म्हणजे प्रशंसा करणे, शाबासकी देणे. प्रत्येक मनुष्याची अशी इच्छा असते, की कोणीतरी त्याला चांगलं म्हणावं, त्याची प्रशंसा करावी. खरंतर लोक हे बोलून दाखवत नाहीत, परंतु त्यांच्या मनात निश्चितपणे अशी इच्छा असते. त्यामुळे त्यांच्या इच्छेचा आदर करत आपण नातेसंबंधांत स्तुतिपर शब्द बोलायला शिकायलाच हवं. या विषयावरदेखील वेगळ्या भागात सविस्तर चर्चा केली गेली आहे.

४. **एस (S)** – सॉरी म्हणजे क्षमा मागणे. चूक झाली असेल तर क्षमा मागायला कधीही संकोच करू नये. कारण क्षमा मागितल्याने नात्यांची वीण अधिक घट्ट होते. जसं– एक मनुष्य पत्नीला पाच वर्षांनंतर सॉरी म्हणाला. त्या मनुष्याची लग्नानंतरची तीन–चार वर्ष अतिशय खडतर, त्रासात गेली होती, त्यामुळे तो लहानसहान कारणांनी पत्नीला रागावत असे. परंतु त्याला जेव्हा त्याच्या चुकीची जाणीव झाली, तेव्हा पाच वर्षांनंतर का होईना, त्याने त्याच्या पत्नीची माफी मागितली. त्यामुळे दोघांमधील प्रेम वाढून, आपापसांतील संबंध अधिक दृढ झाले. त्यामुळे क्षमा मागण्याची लाज वाटता कामा नये. माफी मागण्यानेच नात्यांमध्ये तयार झालेली काचेची भिंत कोसळू शकते.

५. **एस (S)** – 'से आय लव्ह यू.' नात्यांमध्ये एकमेकांना 'आय लव्ह यू' म्हणणं याचा अर्थ आपलं प्रेम शब्दांत प्रकट करणं होय. जोपर्यंत तुम्ही तुमचं प्रेम शब्दांत व्यक्त करणार नाही, तोपर्यंत ते समोरच्याला समजणार नाही. कोणीही कोणाच्या मनातील गोष्टी जाणू शकत नाही, त्यामुळे त्या शब्दांत व्यक्त करणं अत्यंत गरजेचं असतं.

'आय लव्ह यू', 'थँक यू' किंवा 'सॉरी' हे शब्द केवळ एकदा उच्चारणं पुरेसं नसतं. आपल्या लोकांना असे शब्द नेहमी ऐकण्याची इच्छा असते. त्यामुळे सप्ताहात, पंधरा दिवसांत किंवा किमान महिन्यातून एकदा तरी तुम्ही असं म्हणायलाच हवं. सुसंवादाच्या माध्यमातून आपापसांतील नातेसंबंध मधुर आणि सुदृढ बनवण्याचं हेच रहस्य आहे.

जी – ग्रॅटिट्यूड

एल – लिसनिंग

ए – ॲप्रिशिएशन

एस – सॉरी

एस – से 'आय लव्ह यू'

नात्यांमध्ये संतुलन (बॅलन्स) राखण्यासाठी आणखी काही वाक्यं :

- दररोज मी जेव्हा माझ्या कुटुंबीयांकडे पाहतो/पाहते, तेव्हा मला अधिकाधिक प्रेम आणि प्रेरणा जाणवते.
- तुम्हा सर्वांमुळे माझं औदासीन्य कुठल्या कुठे पळून जातं आणि माझा आनंद वृद्धिंगत होतो.
- घरी आल्यानंतर मला मनःशांती लाभते.
- तुम्ही माझी संपत्ती आहात – माझ्या जीवनाचं अमूल्य वरदान आहात.
- तुम्ही/तू संपूर्ण जगातील चांगले पती/पत्नी/मुलगा-मुलगी आहात.
- माझं तुझ्यावर/तुमच्यावर खूप प्रेम आहे आणि मला तुला/तुम्हाला गमावण्याची जराही इच्छा नाही, कारण तुझ्यामुळेच/तुमच्यामुळेच माझं जीवन सुखमय आणि आनंदमय बनलं आहे.
- तुमचं स्थान माझ्यासाठी विशेष आहे आणि नेहमीच राहील.
- माझी गुपितं तुमच्याशी शेअर करणं मला सुरक्षित वाटतं.
- तुम्ही जसे आहात, तसाच मी तुमचा स्वीकार करतो आणि तुमच्यावर प्रेमही करतो.
- तुम्ही मला प्रेरणा आणि साहस देता.
- मी एकटा असलो तरी तुमचं अस्तित्व मला जाणवत राहतं.
- तुमचं हास्य मला ऊर्जा देतं.
- माझा तुमच्यावर पूर्ण विश्वास आहे.
- तुम्हा सर्वांमुळे कुटुंबात पूर्णता जाणवते.

बुद्धिमान व्यक्ती एक शब्द ऐकते आणि दोन समजून घेते.

— यहुदी म्हण

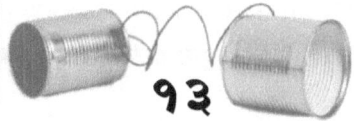

१३

संवादात सुरक्षितता कशी राखाल

'मला ज्या गोष्टीत चुकीचं असं काहीच वाटत नव्हतं, त्या बाबतीतही इतरांकडून नकारात्मक प्रतिसादच मिळाला', असं कधी तुमच्यासोबत घडलंय का? जेव्हा असाच एखादा प्रतिसाद आपले वरिष्ठ, मित्र अथवा सहकारी यांच्याकडून आपल्याला मिळतो, तेव्हा तुम्हाला काय वाटतं, यावर थोडा विचार करून पाहा.

समजा, शाळेत तुमच्या मुलाचं दुसऱ्या एका मुलाशी भांडण होतं. यात खरंतर तुमच्या मुलाची काहीही चूक नसते. परंतु मुलगा घरी आल्यानंतर तुम्ही त्यालाच जबाबदार धरता आणि त्याच्यावर रागावता, तेव्हा त्याचा प्रतिसाद कसा असू शकेल, यावरही विचार करून बघा.

अशा परिस्थितीत मनुष्य स्वतःला खूप असुरक्षित समजतो आणि बऱ्याच वेळा तो स्वतःला वाचवण्यासाठी चेहऱ्यावर नाराजीचे भाव आणतो, आक्रमक बनतो. कारण त्यावेळी त्याला केवळ इतकंच दिसत असतं, की 'मी जर नाराजी

दर्शवली नाही, तर मलाच याचे परिणाम भोगावे लागतील.' जसं- बॉस, मित्र किंवा सहकारी तुमच्यावर असं काही लेबल लावू शकतात, ज्याने तुमच्या आत्मप्रतिमेला तडा जाऊ शकतो, ही भीती असते.

आता आपण याच घटनेचा दुसरा पैलूदेखील जाणून घेऊया. समजा, खरोखर तुमची चूक असेल आणि ती स्वीकारण्याचं साहस तुमच्यात नसेल, तरीदेखील तुम्ही बचावात्मक अथवा आक्रमक पवित्रा घेता. अशा वेळी तुम्ही समोरच्या माणसाचं बोलणं ग्रहणशील होऊन शांतपणे ऐकण्यासाठी अजिबात तयार नसता. कारण त्याला तुमचं नुकसान करायचं आहे, अशी तुमची धारणा असते. त्या वेळी तुम्हाला तुमचीच सुरक्षितता अधिक महत्त्वाची वाटू लागते.

सुसंवादामध्ये सुरक्षिततेचं काय महत्त्व आहे आणि ती कशी तयार करावी, हाच विषय आपण या भागात समजून घेणार आहोत. तुम्ही जर एखाद्याशी चर्चेला सुरुवात करणार असाल आणि त्या मनुष्याला तुमच्यासोबत सुरक्षित वाटत नसेल, तर सुसंवादाचा शेवट योग्य प्रकारे होण्याची शक्यता फारच कमी असते. तुम्ही समोरच्या मनुष्याला हानी पोहोचवण्याचा प्रयत्न करू शकता, अशी शंका मनात बाळगून जर तो मनुष्य ऐकत असेल, तर तो योग्य प्रकारे ऐकूच शकणार नाही. कदाचित तो तुमच्या बोलण्याचा चुकीचा अर्थ काढून तुम्हाला विरोधही दर्शवू शकतो, सुसंवादाची गाडी रुळावरून खेचून खाली आणू शकतो.

ज्या ज्या वेळी संवादात सुरक्षिततेची भावना संपुष्टात आल्याचं तुम्हाला दिसेल, त्या त्या वेळी त्वरित पुन्हा ती भावना निर्माण करून संवाद पुढे नेणं आवश्यक असतं. कारण संवादाचा विषय संवेदनशील असून समोरचा बचावात्मक, आक्रमक पवित्रा घेऊ शकतो, हे संवाद सुरू होण्यापूर्वीच तुम्हाला माहीत असतं. अशा वेळी प्रथम सुरक्षिततेची भावना प्रस्थापित करा आणि नंतरच चर्चा पुढे न्या.

हा विषय आपण पुढील उदाहरणांद्वारे समजून घेऊ या.

एकदा इंदोरमध्ये राहणाऱ्या एका मुलीचं लग्न ठरतं. मात्र लग्नापूर्वीच ती आपल्या भावी पतीला सांगते, तिची हे शहर सोडून अन्यत्र कुठेही जाण्याची इच्छा नाही. कारण या शहरात तिच्या परिचयाचे अनेक लोक आहेत, तिचं कुटुंब आहे, या शहराविषयी तिला खूप आत्मीयता आहे वगैरे... पतीही तिचं म्हणणं मान्य करतो. आता लग्न होऊन तीन वर्षं उलटतात. त्या अवधीत त्यांना एक मूलही होतं. पतीला बेंगलोरमधील कंपनीतून चांगल्या नोकरीची ऑफर येते. तिथे त्याला उच्चपद आणि उत्तम वेतनाची संधी मिळणार असते. अतिरिक्त उत्पन्नातून बचत वाढवून कुटुंबाचं भविष्य सुरक्षित

करण्यासाठी ही ऑफर स्वीकारणं पतीला आवश्यक वाटतं. मग तो बेंगलोरला शिफ्ट होण्याचा विचार पत्नीकडे व्यक्त करतो, तेव्हा त्वरित नकार देऊन ती म्हणते, ''मी लग्नापूर्वीच तुमच्याशी याविषयी बोलले होते.'' तरीही पती तिला समजावण्याचा प्रयत्न करतो, परंतु ती काही ऐकून घ्यायला तयारच नसते. पत्नीचा हट्ट पाहून पती त्याचा निर्णय तिच्यावर लादण्याचा प्रयत्न करतो. तो पत्नीला म्हणतो, ''आपल्याला बेंगलोरला जाण्याचा निर्णय घ्यावाच लागेल.'' मग परिस्थिती आणखी बिघडते. त्यांचं भांडण वाढत गेल्याने रागारागाने लालबुंद होऊन पत्नी तेथून निघून जाते.

आता आपण या संवादातील दोघांची आंतरिक अवस्था समजून घेण्याचा प्रयत्न करूया. पतीने जेव्हा आपला निर्णय पत्नीसमोर ठेवला, तेव्हा त्याला पत्नीच्या असुरक्षिततेच्या भावनेची अजिबात कल्पना नव्हती. पत्नीने पहिल्यांदा विरोध दर्शवल्यानंतर पतीने आपला युक्तिवाद सुरूच ठेवला. हे पाहून पत्नीला आणखी असुरक्षित वाटू लागलं. पती आपला विश्वासघात करतोय... तो वचन विसरलाय... दिलेला शब्द पाळत नाही... असं तिला वाटू लागतं. खरंतर त्यांचं भविष्य उज्ज्वल बनवण्यासाठीच पतीने हा निर्णय घेतला होता. परंतु पत्नीचा गैरसमज झाल्याने ती या निर्णयालाच विरोध करू लागली. 'पतीला आपली चिंताच नाही म्हणून तो शहर बदलण्याचा निर्णय घेतोय, जेणेकरून मला त्रास व्हावा,' असा तिचा गैरसमज होतो. अशा परिस्थितीत त्यांचं भांडण जितकं विकोपाला जाईल, तितका तिचा पतीवरील विश्वास कमी होत जाईल. परिणामी अशा अविश्वसनीय मनुष्याच्या भरवशावर आपल्या सर्व परिचितांपासून, नातेवाइकांपासून दूर जाण्याची इच्छा तिला होईलच कशी?

अशा प्रकारे जेव्हा समोरील व्यक्तीच्या सुरक्षिततेच्या भावनेची काळजी न घेता एखाद्या संवेदनशील विषयावर संभाषण सुरू होतं, तेव्हा ते योग्य प्रकारे अखेरपर्यंत नेणं अतिशय कठीण बनतं.

कोणत्याही संभाषणात सुरक्षिततेची भावना तयार करण्यासाठी अतिशय महत्त्वपूर्ण ठरणारी अशी तीन पावलं आता आपण समजून घेऊ या.

१. **सुरक्षित शब्दांचा उपयोग :**

संवादाची सुरुवात करताना नेहमी सजगता बाळगायला हवी. समोरच्या मनुष्यात असुरक्षिततेची कोणती भावना आहे, याबद्दल पूर्वानुमान लावून तुम्ही चर्चेच्या सुरुवातीलाच त्याला त्या भावनेतून मुक्त करता, तेव्हा ते शब्द सुरक्षित, सतर्कतायुक्त असतात.

तुमच्या बोलण्याने समोरच्या मनुष्याचा गैरसमज होण्याची शक्यता असते. अशा बाबींबद्दल पूर्वानुमान लावून तो गैरसमजाला बळी पडू नये, यासाठी आधीच तुम्ही त्याला सजग करता, तेव्हा ते योग्य शब्द असतात. चला तर, याची काही उदाहरणं पाहू या-

- कृपया माझ्या प्रश्नांचा चुकीचा अर्थ लावू नका, माझी तुमच्या क्षमतेबाबत कोणतीही तक्रार अथवा शंका नाही.

- अमुक व्यक्तीने मला तुमच्याविषयी जे सांगितलं, ते मी माझ्या शब्दांत सांगत आहे. ते तंतोतंत हेच शब्द होते, असं समजू नये. अन्यथा काही गैरसमज निर्माण होतील.

- हा माझा सल्ला आहे, कृपया याला दोषारोप अथवा टीका समजू नका. मी तुमच्या कार्याचा मनापासून आदर करतो.

- पाहा, मी तुम्हाला जे काही सांगणार आहे, त्याचा अर्थ असा नाही, की मी तुमच्यावर नाराज नाही, तरीही आपलं नातं पूर्वीसारखंच राहील, त्यात कोणताही बदल होणार नाही.

- यात तुमची कोणतीही चूक नाही, तुम्ही नेहमी नियमांनुसारच वागता, हे खरंय. परंतु समस्या पूर्णपणे समजण्यासाठी तुम्ही कोणती पावलं उचलली, हे कृपया आम्हाला सविस्तर सांगा.

- मी तुम्हाला जे काही सांगणार आहे, त्यामागे तुमच्यावर ठपका ठेवण्याचा माझा अजिबात हेतू नाही. मी केवळ माझं मत तुमच्यापर्यंत पोहोचवत आहे.

- मला खात्री आहे, की तुम्ही याबाबतीत खूप विचार केला आहे. परंतु तरीदेखील निर्णय घेण्यासाठी मला थोडा अवधी हवाय.

- माझा तुमच्यावर पूर्ण विश्वास आहे, तुम्ही हेतुपुरस्सर कुणाचं नुकसान करणार नाही. परंतु तुमच्याकडून जर काही चूक झाली असेल, तर ते प्रांजळपणे सांगा.

कित्येक वेळा लोक योग्य शब्दांचा उपयोग न करता, सरळ चर्चेलाच सुरुवात करतात. त्यामुळे 'हा माझ्यावर आरोप करतोय, मला दोषी धरतोय, माझ्याबाबतीत चुकीचे विचार करतोय,' असा समोरच्या लोकांचा गैरसमज होतो. मग ते बचावात्मक पवित्रा घेतात. परंतु योग्य शब्दांचा उपयोग करताच समोरच्यांना तुमचा हेतू स्पष्ट होतो आणि ते असुरक्षिततेच्या भावनेतून मुक्त होतात.

२. तुमची लवचिकता आधीच स्पष्ट करा :

संवादादरम्यान तुम्ही जर ठाम आणि कठोर पवित्रा घेतला, तर समोरचादेखील बचावात्मक अथवा आक्रमक पवित्रा घेईल. चर्चेच्या सुरुवातीलाच जर समोरच्याला तुम्ही तुमची लवचिकता स्पष्ट केली, समोरच्या मनुष्याचं बोलणं पूर्णपणे ऐकून त्या आधारावरच तुम्ही निर्णय घेणार आहात असं त्याला सांगितलं, तर तोदेखील तुमचं म्हणणं ऐकून घेण्यासाठी तयार होऊ शकेल. जसं–

- वडील मुलाला म्हणतात, ''काल शाळेत तुमचं जे भांडण झालं त्याविषयी आज संध्याकाळी आपण बोलणार आहोत. तुझं म्हणणंदेखील मी पूर्णपणे ऐकून घेणार आहे. त्यानुसार तू त्या मुलाची क्षमा मागायला हवी की नको, याविषयी आपण नंतर निर्णय घेऊ.''
- मुलगी तिच्या वडिलांना म्हणते, ''आणखी दोन वर्षं लग्न करण्याची माझी इच्छा नाही. मला करिअरवर लक्ष केंद्रित करायचं आहे. या विषयावर मी उद्या सकाळी तुमच्याशी बोलेन. आधी मी तुमचं म्हणणं पूर्णपणे ऐकून घेईन, तुम्हीदेखील माझं म्हणणं समजून घ्या. त्यानंतरच काय करायचं, हे आपण दोघं मिळून ठरवू.''

अशा प्रकारे संवाद सुरू होण्यापूर्वीच जर तुम्ही तुमची लवचिकता दर्शवली, तर समोरच्या मनुष्यात तो सुरक्षित असल्याची भावना निर्माण होईल. तुम्ही तुमचं मत त्याच्यावर लादणार नाही, याविषयी तो निश्चिंत होईल.

३. सामायिक उद्दिष्ट तयार करा :

संभाषणाच्यावेळी समोरच्या मनुष्यात सुरक्षिततेची भावना कमी होते, कारण तुमचं आणि त्याचं लक्ष्य एकदम विरुद्ध आहे, हे त्याला माहीत असतं. त्याचं उद्दिष्ट पूर्ण होईल की नाही, याची भीती त्याला सतावत असते. अशा परिस्थितीत संभाषण पुढे नेताना एकमेकांचं उद्दिष्ट स्वीकारण्याची गरज असते. 'तुमचं उद्दिष्ट पूर्ण व्हावं अशीच माझी भावना आहे,' असं जर तुम्ही समोरच्याला सांगितलं, तर त्याला सुरक्षितता जाणवते आणि मग तो तुमचं बोलणं ऐकण्यासाठी तयार होतो. अशा परिस्थितीत तुम्ही मध्यम मार्ग काढण्याचा प्रस्तावदेखील ठेवू शकता. दोन्ही उद्दिष्टांची पूर्तता शक्य असेल, तर त्या दिशेने चर्चा होऊ शकते. अशा प्रसंगी दोन्ही उद्दिष्टं काही प्रमाणात पूर्ण करण्याच्या पर्यायांवरही विचारविनिमय होऊ शकतो. जेव्हा दोघांचंही उद्दिष्ट एकच असतं, तेव्हा सुरक्षिततेची भावना बळावते. यालाच सामायिक उद्दिष्ट म्हटलं गेलंय.

वरील तीन पावलं समजून घेतल्यानंतर आता आपण सुरुवातीला दिलेल्या पति-पत्नीच्या उदाहरणाकडे वळूया.

पतीमध्ये जर समोरच्या मनुष्याची भावना सुरक्षित ठेवण्याचं ज्ञान असेल, तर त्याचा संवाद पुढीलप्रकारे होऊ शकतो.

बेंगलोरच्या जॉबची ऑफर आल्यानंतर एके दिवशी सकाळी पती पत्नीला म्हणतो, ''मला बेंगलोरहून जॉब ऑफर आली आहे. त्यांनी मला चांगलं वेतन देऊ केलंय. त्यासोबत पददेखील चांगलं आहे. मला वाटतं, आज संध्याकाळी आपण या विषयावर चर्चा करू. एक पर्याय म्हणूनही आपल्याला याकडे पाहता येईल. मग जो काही निर्णय घ्यायचा आहे, तो आपण दोघं मिळून घेऊ.'' (लवचिकता)

अशाप्रकारे पती जेव्हा म्हणतो, की निर्णय घेण्यासाठी पत्नीच्या सहमतीची आवश्यकता आहे, तेव्हा पत्नीमध्ये सुरक्षिततेची भावना वाढते. अद्यापही तिला तिचं शहर सोडून जाण्याची इच्छा नाही; परंतु आता ती या विषयावर मोकळेपणाने चर्चा करण्यासाठी तयार आहे.

पती जेव्हा संध्याकाळी घरी येतो, तेव्हा तो पत्नीला म्हणतो-

पती : हे बघ, हे शहर सोडून जाणं तुझ्यासाठी अतिशय त्रासदायक असेल, पण मी तुला त्रास देऊ इच्छित नाही. मात्र आपल्या आजच्या उत्पन्नातून आपण आपल्या मुलाच्या उच्चशिक्षणासाठी बचत करू शकणार नाही. (योग्य शब्द)

पत्नी : परंतु इथेही तुमचं वेतन आणि पद यांमध्ये उन्नती होऊ शकते ना?

पती : खरंय तुझं, पण यात कितीतरी वर्षं जातील आणि तुला तर माहीतच आहे, की आमच्या क्षेत्रात लोक लवकर रिटायरमेंट घेतात. ५८ किंवा ६० व्या वर्षापर्यंत कोणीही नोकरी करत नाही. रिटायरमेंटपूर्वी आपल्याला चांगली बचत करायची आहे. या सर्व गोष्टींचा विचार करता माझं आजचं वेतन पुरेसं नाही.

पत्नी : यासाठी आपलं उर्वरित आयुष्य आपण एखाद्या दुसऱ्या शहरात घालवायचं का?

पती : नाही. असं होऊ शकतं का, की दोन्ही गोष्टी साध्य व्हाव्यात? (सामायिक उद्दिष्ट)

पत्नी : कसं काय?

पती : माझा पगार वाढायला हवा, हे तर तुला मान्य आहे ना?

पत्नी : हो.

पती : मग मी बेंगलोरला जाईन तेव्हाच हे साध्य होईल. यासाठी आपण बेंगलोरला स्थलांतर करणं हा एक पर्याय आहे. मी तिथे जॉब करेन. तू दर दोन-तीन महिन्यांनी एक-दोन दिवस येथे येत राहा. दिवाळीच्या आणि उन्हाळ्याच्या सुट्टीत तर तू इथे येऊ शकतेसच. अशा रीतीने आपण केवळ पाच-दहा वर्षं बेंगलोरला राहिलो, तर खूपच फायदा होईल.

पत्नी : हो. यादृष्टीने आपण नक्कीच विचार करू शकतो. समजा, पाच वर्षांतच तुम्हाला तितकं वेतन आणि पद इथेच मिळालं, तर आपण पुन्हा इथे परत येऊ शकतो.

सुरक्षिततेच्या भावनेची काळजी घेऊन संवाद सुरू केला, तर तो योग्य दिशेने पुढे जाऊ शकेल, हे आपल्याला वरील उदाहरणातून समजू शकेल.

शब्दांचं ज्ञान बुद्धिमत्तेचं द्वार आहे.
— विल्सन

१४

आत्मीयतेची भावना कशी आणि का निर्माण करावी

काही लोकांच्या संभाषणामध्ये आपल्याला एक अनोखी क्षमता दिसून येते. त्यांचा लोकांशी लगेच सूर जुळतो. अत्यल्प काळात त्यांची लोकांशी मैत्री होते. नव्या कार्यक्षेत्रात ते लोकांमध्ये सहजपणे मिसळतात, त्यांचा लोकांशी फार लवकर ताळमेळ साधला जातो. ते तत्काळ लोकांचा विश्वास संपादन करू शकतात. बॉससोबत किंवा आपल्या सहकाऱ्यांसोबत ते अल्पावधीत आत्मीयतेची भावना निर्माण करू शकतात. कित्येक लोकांमध्ये तुम्ही अशी क्षमता पाहिली असेल. ही क्षमता प्राप्त करण्यासाठी त्यांना अवगत असलेलं संभाषण कौशल्य आपल्याला कसं उपयुक्त ठरू शकतं, हे आपण या भागात समजून घेऊ. त्यासाठी आपल्याला संभाषणाच्या तीन पद्धतींची खूप मदत होऊ शकेल.

१. **लक्षपूर्वक ऐकणे :**

तुम्हाला लोकांमध्ये आत्मीयता निर्माण करायची असेल, तर सर्वप्रथम तुम्ही त्यांचं बोलणं लक्षपूर्वक ऐकायला शिकायचं आहे. त्यानंतर त्यांच्याच भावना

तुमच्या शब्दांत त्यांच्यासमोर प्रस्तुत करून शक्यतो त्यांच्या सकारात्मक दृष्टिकोनाची प्रशंसादेखील करायची आहे. अशा प्रकारे आपण त्यांच्याशी सूर जुळवू शकतो.

तुम्ही जेव्हा एखाद्याचं मत, त्याची बाजू लक्षपूर्वक ऐकता, तेव्हा त्या लोकांना तुमच्याविषयी आत्मीयता वाटू लागते. मग त्यांचं बोलणं संपल्यावर ते तुमचं बोलणंदेखील एकाग्रतेने ऐकतात आणि समजूनही घेतात.

२. **सकारात्मक भावनांसाठी निमित्त बना :**

लोकांमध्ये अशा सकारात्मक भावना जागृत करा, ज्या त्यांच्यासाठी खास, विशेष असतील. मनुष्य भावनाप्रधान जीव आहे, तो माहितीपेक्षाही भावनांनी अधिक प्रेरित होतो. माहितीची पोहोच केवळ आपल्या मेंदूपर्यंत आहे. मात्र, भावना हृदयाच्या सर्वांत समीप राहतात. त्यामुळे तुम्ही जेव्हा एखाद्या मनुष्याच्या भावनांपर्यंत पोहोचता, तेव्हा त्याच्यात तुमच्याविषयी आत्मीयता निर्माण होते. सुयोग्य संभाषणाच्या साहाय्याने तुम्ही ही गोष्ट कशी साध्य करू शकाल, हे एका उदाहरणाद्वारे समजून घेता येईल.

एका सरकारी कार्यालयात एक नवीन कर्मचारी रुजू होतो. त्याचं नाव आपण 'अ' असं ठेवूया. तेथे त्याच्यासाठी सर्व लोक नवीन असतात. एके दिवशी तो आपला नवीन सहकारी 'ब'ला बोलण्याच्या ओघात विचारतो, 'इथे जवळच जे थिएटर आहे, तिथे तुम्ही पहिल्यांदा कोणता चित्रपट पाहिला होता?' त्यावर 'ब' त्याला त्या चित्रपटाचं नाव सांगतो. मग 'अ' त्याला म्हणतो, 'याचाच अर्थ, तुम्ही तेव्हा चौथ्या इयत्तेत होता. खूपच रोमांचक अनुभव असेल ना तो?' हे ऐकताच 'ब' त्या दृश्याविषयी विचार करू लागतो. त्यावेळी त्याला त्याच्या शालेय जीवनातील सोनेरी काळाचं स्मरण होतं आणि त्या दिवसांतील काही आठवणींना उजाळा देत तो 'अ'शी संभाषण सुरू ठेवतो. त्यांचं बोलणं संपल्यावर दोघांमध्ये काही मर्यादेपर्यंत आत्मीयता निर्माण होते. वास्तविक ज्या क्षणी 'अ'ने 'ब'मध्ये त्या विशेष भावना जागृत केल्या, त्याच वेळी दोघांमध्ये आत्मीयता निर्माण होण्याची प्रक्रिया सुरू झाली.

अशा प्रकारे तुम्ही जेव्हा लोकांमध्ये या भावना जागृत करता, तेव्हा त्यांना तुमच्याबद्दल आपुलकी वाटू लागते. या भावना सकारात्मक त्याचबरोबर त्या माणसासाठी वैयक्तिक स्वरूपातही होत्या. 'अ'ने त्या भावनांना केवळ स्पर्शच केला नाही, तर व्यवसायासंबंधित आदान–प्रदान न करता तो 'ब'च्या भावनिक परिघामध्ये दाखल झाला. अशा प्रकारे दोघांमध्ये आपुलकीची भावना निर्माण झाली, जवळीक निर्माण झाली.

कार्यक्षेत्रात एकत्र काम करणाऱ्या लोकांमध्ये ही भावना असेल, तर त्याचे कितीतरी लाभ होतात. कार्यक्षेत्रातील कामात समन्वय साधला जातो. लोक जबाबदारीने काम करतात. सर्वांचा उत्साह द्विगुणित होतो आणि त्यांना प्रेरणा मिळते. असं वातावरण नसेल तर काय होतं? जसं- एक अधिकारी आपल्या कर्मचाऱ्यांशी केवळ कामकाजासंबंधी बोलतो, 'आज अमुक काम पूर्ण करा. काल दिलेल्या कामाचं काय झालं? वगैरे...' अशा प्रकारे तो अधिकारी कर्मचाऱ्यांशी केवळ कामासंबंधी बोलतो, त्यामुळे या कार्यालयात त्यांचं महत्त्व एखाद्या यंत्रापेक्षा जास्त नाही, ही गोष्ट काही दिवसांतच त्या कर्मचाऱ्यांना जाणवू लागते. अशा वेळी त्यांना कंपनीविषयी वा आपल्या अधिकाऱ्यांविषयी आत्मीयता, आस्था वाटेल का? अशा परिस्थितीत त्यांचा उत्साह कसा असेल? ते जबाबदारीची जाणीव ठेवून काम करतील, की केवळ पगारासाठी काम करतील? बॉस कर्मचाऱ्यांना स्वतःचा नोकर समजून, गुलाम समजून त्यांच्याशी बोलतो वा वागतो, तेव्हा यापेक्षाही वाईट परिस्थिती निर्माण होते. अशा वेळी, 'इथे चांगलं काम करणाऱ्यांची कदर केली जात नाही, केवळ वरिष्ठांची हांजीहांजी करणाऱ्यांना, लांगूलचालन करणाऱ्यांनाच किंमत दिली जाते,' ही भावना त्या कर्मचाऱ्यांच्या मनात पक्की ठसते. परिणामी त्यांना कधीही कंपनीविषयी, बॉसविषयी, तेथील लोकांविषयी आणि कामाविषयीही आपुलकी वाटत नाही.

मात्र, कंपनीच्या अधिकाऱ्यांना या विषयाचं महत्त्व, गांभीर्य समजलं, तर ते त्या दृष्टिकोनातून आवश्यक ती पावलं उचलतील. म्हणूनच संवादाच्या साहाय्याने लोकांमध्ये आत्मीयतेची भावना निर्माण करणे, हे एक अतिशय महत्त्वपूर्ण पाऊल आहे. याद्वारे लोक उत्साह आणि प्रेरणा मिळवून कामकाज करू शकतात. जसं- एखाद्या सफाई कामगाराला काम सांगताना तुम्ही म्हणालात, 'अमुक भाग स्वच्छ करा' आणि त्याचबरोबर हेही विचारलं, की 'तुमचं जेवण झालंय का?' किंवा 'तुमच्या मुलाची बोर्डाच्या परीक्षेची तयारी कशी सुरू आहे?' तर तुमच्या या एका प्रश्नानेही तो मनुष्य सुखावेल; त्याला तुमच्याबद्दल आत्मीयता वाटेल. त्या वेळी त्याला जो आनंद होईल, त्या आनंदात तो मनापासून काम करेल.

याशिवाय तुम्ही त्या मनुष्याच्या वैयक्तिक गरजांकडेही लक्ष देऊ शकता. भलेही प्रत्यक्षरीत्या तुम्ही त्याच्यासाठी काहीही करत नसला तरीदेखील तुम्ही त्याच्या वैयक्तिक जीवनाबद्दल सहानुभूती ठेवता, त्याचे हितचिंतक बनता, तेव्हा त्याच्या मनात तुमच्याबद्दल आपुलकीची भावना निर्माण होते.

३. समानता शोधणे

तुम्ही जेव्हा लोकांमध्ये समानता शोधून त्यांच्याशी संवाद सुरू करता, तेव्हादेखील तुमच्याबद्दल त्यांना आपुलकी वाटू लागते. ज्यांच्या आवडी-निवडी, स्वभाव समान असतात, असे लोक जेव्हा आपापसांत भेटतात, तेव्हा त्यांच्यात लवकरच जवळीक निर्माण होते.

तुम्ही जर व्यावसायिक असाल आणि तुम्हाला दुसऱ्या एखाद्या व्यावसायिकाला भेटण्याची संधी प्राप्त झाली, तर तुमच्यात सौहार्द निर्माण होतं आणि त्यांच्याशी संवाद साधणं तुमच्यासाठी सुकर बनतं.

जसं- तुमच्या व्यवसायातील एखाद्या मनुष्याला जेव्हा 'तुमचं कामकाज कसं सांभाळता?' असं तुम्ही विचारता, तेव्हा त्याची तुमच्याशी जवळीक निर्माण होते, दोघांमध्ये सौहार्द निर्माण होतं. मग तो त्याचं काम कशाप्रकारे सांभाळतो, हे तुम्हाला मोकळेपणाने सांगतो. अशा प्रकारे दोघांचे विचार एकाच विषयासंदर्भात असल्याने त्यांचा आपापसांत ताळमेळ बसणं सोपं जातं. परंतु तुम्हाला याचा अनुभव नसेल, तर समोरच्या माणसाचं म्हणणं समजून घेणं कठीण होतं. त्यामुळे ज्या ज्या वेळी तुम्ही कुणाला भेटाल, तेव्हा त्यांच्यात समानता शोधण्याचा प्रयत्न करा, त्या विषयावर चर्चा करा.

त्याचबरोबर तुम्ही जेव्हा एखाद्याचं म्हणणं समानानुभूतिपूर्वक ऐकता, तेव्हा बोलणारा मनुष्य नकळतपणे भावनिकरीत्या तुमच्याशी जोडला जातो. लोकांची नावं आठवणीत ठेवून त्यांच्याशी संवाद साधणे, आपली देहबोली सकारात्मक ठेवणे, चेहऱ्यावर हास्य राखणे, प्रामाणिकपणे प्रशंसा करणे, या सर्व गोष्टीदेखील सुसंवादातून लोकांसोबत ताळमेळ साधण्यात, त्यांच्यात आपुलकी निर्माण करण्यात उपयुक्त ठरू शकतात.

वरील तिन्ही गोष्टी लक्षात घेऊन संवाद साधण्याचा प्रयत्न केला, तर तुमच्या संभाषणात सहजता येईल.

जे शब्द हृदयातून निघतात, ते हृदयापर्यंत पोहोचतात.
— सॅम्युअल टेलर कोलरिज

खंड ४
संभाषणाच्या पद्धती

संभाषणात भूतकाळातील अनुभवांचा प्रभाव नष्ट करा

भूतकाळ सदैव मनुष्याच्या स्मरणात असतो, तर भविष्य कल्पनेत असते आणि वर्तमान आता, या क्षणी येथेच आहे. वर्तमानात सजगता आहे, जागृती आहे. मनुष्याने वर्तमानात जगायला सुरुवात केली, तर त्याचं जीवन निश्चितच सुंदर होऊ शकतं. परंतु प्रत्यक्षात असं घडत नाही. भूतकाळाचे अनुभव आणि भविष्याची भीती माणसाला निखळ वर्तमानात जगू देत नाही, यामुळे मनुष्य आनंदापासून वंचित राहतो.

नेमकी हीच चूक तो संवाद साधतानाही करतो. जसं- तो जेव्हा आपल्या नातेवाइकांशी, सहकाऱ्यांशी, कर्मचाऱ्यांशी संवाद साधतो, त्यांना भेटतो, तेव्हा त्यांच्याकडून भूतकाळात मिळालेल्या प्रतिसादाच्या आधारे मनामध्ये एक मत बनवतो आणि त्या आधारानुसारच बोलतो. पण कदाचित आज समोरचा मनुष्य बदललाही असेल, कारण भूतकाळात त्याचा मूड खराब असल्याने त्याने तुम्हाला चुकीचा प्रतिसाद दिला असेल. म्हणून आपला पूर्वग्रह गृहीत धरून लोकांकडे जुन्या दृष्टिकोनातून न पाहता, वर्तमानात ते जसे आहेत, ते पाहूनच त्यांच्याशी आपण संवाद साधायला हवा. मनुष्य जिवंत आहे, प्रतिक्षण बदलत आहे; तो काल जसा होता, तसाच आजही असेल का? निश्चितच नाही!

यासोबतच आणखी एक गोष्ट लक्षात ठेवायला हवी. ती म्हणजे, तुम्हाला जेव्हा एखादी कठीण किंवा महत्त्वाची बाब विशद करायची असेल, तेव्हा त्वरित काहीच बोलायचं नाही. अशावेळी प्रथम काही क्षण थांबा. तुमचं लक्ष तुमच्या आंतरिक मौनाकडे केंद्रित करा; त्या स्थितीत थोडं थांबून शांत राहून, स्वतःत सजगता निर्माण करा. असं केल्याने तुम्ही वर्तमानात येऊ शकाल. भूतकाळ आणि भविष्यकाळ यांचा विचार न करता, त्या मनुष्याला सद्यःस्थितीत पाहून मग त्याच्याशी संभाषण सुरू करा. याची अंमलबजावणी केली, तर तुमच्या संभाषणाची गुणवत्ता वाढल्याचं तुम्हाला जाणवेल.

१५

पहिली पद्धत :

योग्य प्रश्न कसे आणि का विचारावेत

एका हॉटेलमध्ये दररोज बरीच उकडलेली अंडी शिल्लक राहत असत. कारण त्यांच्या मेनूमध्ये एक अशी डिश होती, की 'ही डिश तुम्ही अंड्यासह घ्याल की अंड्याविना?' असं ग्राहकांना विचारणं वेटरला भाग पडत असे. असं विचारल्यानंतर लोक अंड्यासह ती डिश घ्यायला नकार देत असत. मनुष्याला जेव्हा 'हो' किंवा 'नाही' हे दोन पर्याय दिले जातात, तेव्हा बऱ्याच वेळा तो 'नाही' हाच पर्याय निवडतो. खरंतर यामागे त्याचा विशेष असा कोणताही विचार नसतो. केवळ निर्णय घेण्याचा कंटाळा असतो. कोणी काही विचारलं, तर तो लगेच 'नाही' म्हणून टाकतो. या सवयीमुळे लोक अंड्यासह डिश घ्यायला नकार देत असत, त्यामुळे त्या महागड्या डिशची विक्रीदेखील कमी होत असे.

एके दिवशी हॉटेलचा व्यवस्थापक एका सेमिनारमध्ये सहभागी झाला. तिथे त्याने संवाद साधताना योग्य प्रश्न विचारण्याची कला कशी उपयोगी पडते, हे जाणलं. मग दुसऱ्याच दिवशी त्याने सर्व वेटर्सना बोलावलं आणि त्यांना सांगितलं,

‘‘यापुढे ही डिश मागणाऱ्या ग्राहकांना ‘एक अंडं हवं की दोन?’ असा प्रश्न विचारा. अंडं हवं की नको हा पर्याय त्यांच्यासमोर ठेवायचाच नाही.’’ त्यावर एका वेटरने विचारलं, ‘‘परंतु एखाद्याला अंड्यासह ती डिश खायचीच नसेल, तर काय करावं?’’ या प्रश्नावर मॅनेजरने असा सल्ला दिला, की ‘अशा परिस्थितीत त्यांना अंड्याविना डिश देऊ शकता. परंतु सुरुवातीलाच त्यांना हा पर्याय सुचवू नये.’

अशा प्रकारे जेव्हा वेटर्सनी ग्राहकांना प्रश्न विचारण्याची पद्धत बदलली, तेव्हा अंड्यांची विक्री वाढल्याचं दिसून आलं. आता जेव्हा ग्राहकांना ‘एक अंडं टाकू की दोन?’ असं विचारलं जाई, तेव्हा ते दोनपैकी एक पर्याय निवडत आणि यामुळे त्यांच्या त्या महागड्या डिशची विक्री वाढत गेली.

या उदाहरणाद्वारे ‘सीमित पर्याय देण्याचं तंत्र’ ही संभाषण कौशल्याची एक महत्त्वपूर्ण पद्धत आपल्यासमोर उलगडते. या पद्धतीत समोरच्याला आपण प्रश्न विचारताना निवडक पर्याय देतो, ज्यायोगे तुम्ही अपेक्षित परिणाम साध्य करू शकता.

बऱ्याच वेळा लोक जेव्हा समोरच्याला प्रश्न विचारतात, तेव्हा त्यांना काही निवडण्याचा आणि काही न निवडण्याचा (बिटवीन समथिंग ॲन्ड नथिंग) पर्याय देतात. जसं– ‘उद्या तुम्ही जेवायला याल की नाही... बेटा, तू अभ्यास करशील की नाही?’ इत्यादी. अशा प्रकारचे प्रश्न विचारल्यानंतर कित्येक लोक ‘नाही’ हाच पर्याय निवडतात. अर्थात ते म्हणतात, ‘येणार नाही; जेवणार नाही; अभ्यास करणार नाही’ इत्यादी. मानसशास्त्र असं सांगतं, की ‘मनुष्याला नवीन गोष्टींसाठी ‘नाही’ म्हणणं अधिक सुरक्षित वाटतं. त्याच्याकडे जर गैरसोय टाळण्याचा पर्याय उपलब्ध असेल, तर तो असाच पर्याय निवडतो. म्हणून तुम्ही प्रश्नांच्या माध्यमातून असे पर्याय देणं गरजेचं असतं, ज्यात त्यांना ‘नाही’ म्हणण्याचा पर्यायच उपलब्ध नसावा. अर्थात, ‘हे आणि ते’ हा पर्याय देत प्रश्न विचारायला हवा. जसं, तुम्ही मुलांना विचारू शकता :

‘बेटा तू मोबाइल आताच ठेवणार आहेस की १५ मिनिटांनी?’

‘तू स्वच्छता करण्यात मला आता मदत करशील, की सायंकाळी घरी आल्यानंतर?’

‘तू उद्या सकाळी १० वाजता येशील की ११ वाजता?’

‘तू आता जेवण करशील की अभ्यास झाल्यावर?’

‘तू खेळून आल्यावर स्नान करशील की गृहपाठ पूर्ण केल्यावर?’

'बेटा तू जेवणापूर्वी अभ्यास करशील की जेवण झाल्यानंतर?'

'तू नाष्टा करण्याआधी झाडांना पाणी घालशील की नंतर?

'दुधात हेल्थ ड्रिंक मिसळू की साधं दूध पिणार?'

अशा प्रकारे प्रश्न विचारून तुम्ही समोरच्याला 'हे आणि ते' यांमधून निवड करण्याचा पर्याय देता.

अशा प्रकारे दोन पर्याय निवडीसाठी समोर ठेवून मुलांना व्यवस्थित अभ्यास करता यावा, वेळेवर भोजन करता यावं, यासाठी तुम्ही मुलांना मदत करत आहात. तेही हुकूम न सोडता. कारण तुम्ही समोरच्याला 'करशील की नाही?' असं विचारत नाही. तुम्ही त्यांच्यासाठी निर्णय घेणं सोपं केलं आहे. तुम्ही त्याला असं सांगत आहात, की 'हे काम तर तूच करणं योग्य राहील. आता तू ते कधी आणि कसं करणार हे सांग.'

संभाषणाच्या या पद्धतीचा उपयोग करून तुम्ही स्वतःची अयोग्य प्रतिमाही निर्माण होऊ देणार नाही आणि तुमच्याकडून लोक दुखावलेही जाणार नाहीत. हे पुढील उदाहरणाद्वारे समजून घेता येईल. -

एकदा बॉसने आपल्या सेक्रेटरीला चार कामं सांगितली. ही चार कामं करताना सेक्रेटरीचा पूर्ण दिवस त्यात व्यतीत होणार असतो. यानंतर बॉसने तिला आणखी दोन कामं सांगितली आणि 'ती पूर्ण झाल्यानंतरच तू घरी जा' असंही सांगितलं. हे ऐकून सेक्रेटरी त्रस्त झाली. तिला दोन पर्याय दिसू लागले होते. एकतर ही सर्व कामं आज होऊ शकत नाहीत, असं बॉसला सांगावं आणि बॉसच्या नजरेत आपली प्रतिमा खराब होण्याचा धोका पत्करावा. किंवा दुसरा पर्याय म्हणजे, काहीही न बोलता काम करत राहावं आणि रात्री उशिरापर्यंत बसून सर्व कामं पूर्ण करून मगच घरी जावं. परंतु अशा वेळी संभाषणात मर्यादित पर्याय देण्याच्या तंत्राचा उपयोग करून ती स्वतःला अशा बिकट प्रसंगापासून वाचवू शकते. ती बॉसकडे जाऊन त्यांना विचारू शकते, 'सर, तुम्ही आधी सोपवलेली चार कामं मी आज दिवसभरात पूर्ण करणार होते. परंतु आता तुम्ही सांगितलं, की ही दोन कामं जास्त महत्त्वाची आहेत. म्हणून मी प्रथम ती कामं पूर्ण करते. परंतु उरलेल्या वेळेत आणखी दोनच कामं पूर्ण होऊ शकतात. तर आधी दिलेल्या कामांपैकी कोणत्या दोन कामांना मी प्राधान्य द्यायला हवं, असं तुम्हाला वाटतं, हे कृपया मला सांगा.'

अशा प्रकारे तुम्ही आदरयुक्त पद्धतीने तुमचं म्हणणं प्रस्तुत करू शकता. आदराने संवाद साधल्यामुळे लोकांना वाईटही वाटत नाही. परंतु लक्षात ठेवा, **तुम्ही तुमची**

जबाबदारी, अधिकाराच्या सीमा आणि सामान्य ज्ञान (कॉमन सेन्स) यांचा उपयोग करूनच संवाद साधायला हवा. जसं- तुम्ही तुमच्या बॉसला असं विचारू शकत नाही, 'तुम्ही मला प्रमोशन याच महिन्यात द्याल की पुढच्या महिन्यात?' **या तंत्राचा योग्य ठिकाणी उपयोग करायचा आहे.** याची काही उदाहरणं खाली दिली आहेत :

१. प्रोजेक्टची रिलीज डेट जवळ आल्याने आपल्याला जास्त वेळ काम करावं लागेल, तेव्हा तुम्ही शनिवारी येऊन काम कराल की रविवारी?
२. तुम्ही ऑफिसमध्ये आल्यानंतर लगेच रिपोर्ट द्याल की जाताना?
३. तुम्ही या विषयावर आता बोलाल, की एक तास विचार केल्यानंतर?
४. कारमध्ये जाऊया की टू-व्हीलरवर?
५. तुम्ही दिवाळीत तीन दिवस सुट्टी घेऊ इच्छिता की ख्रिसमसमध्ये?

सीमित पर्याय देऊन प्रश्न विचारण्याचं हे तंत्र संभाषणात अतिशय प्रभावी ठरतं. याचा उपयोग करून लोक आपल्या व्यवसायात प्रगती करू शकतात, आपल्या मालाची विक्री वाढवू शकतात. आदरयुक्त संभाषण केल्याने तुम्ही तुमच्या कर्मचाऱ्यांकडूनही आनंदाने काम करून घेऊ शकता, सहकाऱ्यांचं सहकार्यही मिळवू शकता.

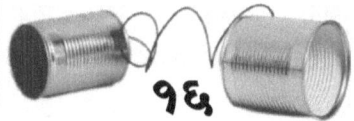

१६

दुसरी पद्धत :

आदरयुक्त सरळ संवाद कसा साधावा

अर्नेस्ट हेमिंग्वे हे प्रख्यात अमेरिकन साहित्यिक आणि पत्रकार होते. 'द ओल्ड मॅन ॲन्ड द सी' या अजरामर कादंबरीसाठी त्यांना १९५४ मध्ये साहित्यातील नोबेल पारितोषिक मिळालं.

एकदा अर्नेस्ट हेमिंग्वेंच्या मुलाने एक कथा लिहिली. ती त्याने त्याच्या वडिलांना वाचायला देऊन त्यात सुधारणा करायला सांगितलं. हेमिंग्वे यांनी संपूर्ण कथा अगदी बारकाईने वाचली आणि त्यातील केवळ एक शब्द बदलला. त्यामुळे वडिलांनी ती कथा पूर्ण वाचली नाही किंवा लक्षपूर्वक वाचली नाही, असाच मुलाचा गैरसमज झाला. त्याने नाराजीच्या सुरात वडिलांना विचारलं, 'डॅडी, हे काय? तुम्ही तर यातील एकच शब्द बदलला आहे.' हेमिंग्वे यांनी उत्तर दिलं, 'हा शब्द योग्य असेल, तर इतकंच पुरेसं आहे.'

अशा प्रकारे योग्य ठिकाणी लिहिला गेलेला एक शब्द किंवा योग्य वेळी बोलला गेलेला एक शब्दही पुरेसा ठरतो. ही महत्त्वाची बाब आपल्याला या

छोट्याशा घटनेतून येथे शिकायला मिळते. तुम्ही जर योग्य वेळी योग्य शब्द बोलला नाहीत, तर तुमचं म्हणणं समोरच्याला योग्य प्रकारे समजण्यासाठी खूप कष्ट घ्यावे लागतील. अशाच प्रकारे संवाद साधताना आपण जर सरळ परंतु आदरयुक्त शब्दांचा वापर केला, तर अनावश्यक शब्द आपोआप नाहीसे होतात. ही बाब आपण खालील उदाहरणांच्या साहाय्याने समजून घेऊया.

१. एका कर्मचाऱ्याशी बॉसचे चांगले संबंध होते. परंतु मागील काही दिवसांपासून त्या कर्मचाऱ्याचं काम खूपच निराशाजनक होत होतं. ही बाब स्वीकारल्यास स्थिती आणखी कठीण होऊ शकत होती. परंतु त्या कर्मचाऱ्याला हे स्पष्टपणे कसं सांगावं, ही बॉससमोर मोठी समस्या होती.

२. एकदा एक मनुष्य संपूर्ण आठवडा कामात व्यग्र असतो, त्यामुळे तो सुट्टीच्या दिवशी मित्रांसोबत वेळ घालवण्याची योजना आखतो. मात्र सुट्टीचा काळ पतीने कुटुंबासोबत व्यतीत करावा अशी त्याच्या पत्नीची इच्छा असते. परंतु ही बाब पतीलाच समजायला हवी, असं त्याच्या पत्नीला वाटत असतं.

३. एक कर्मचारी आठवड्यातून कितीतरी वेळा ऑफिसमधील प्रिंटरने त्याचे वैयक्तिक कामकाजाचे पेपर्स प्रिंट करून घरी घेऊन जात असे. मात्र ऑफिसमधील स्टेशनरीचा असा अयोग्य वापर सुरू असल्याचं एका सहकाऱ्याच्या लक्षात येतं. तेव्हा त्याविषयी त्या कर्मचाऱ्याशी बोलावं असं त्याला वाटतं. मात्र ही गोष्ट त्या सहकाऱ्याला कशी समजावून सांगावी, हे काही केल्या त्याला समजत नव्हतं.

अशा कितीतरी घटनांची तुम्ही कल्पना करू शकता. संभाषणाला सुरुवात कशी करावी याबद्दलचा संभ्रम, हे वरील तीनही उदाहरणांमधील साम्य आहे. काही लोक त्यांच्या भावना प्रक्षोभक रीतीने व्यक्त करतात, तर काही लोक गप्प बसणंच पसंत करतात. परंतु प्रत्येक पद्धतीचा अवलंब अयशस्वीच ठरतो. सर्वसामान्यपणे अशा परिस्थितीत उपयोगात आणल्या जाणाऱ्या तीन चुकीच्या पद्धती आपण प्रथम समजून घेऊया.

१. आक्रमक पद्धत : या पद्धतीत लोक प्रक्षोभक रीतीने आपल्या भावना व्यक्त करतात. जसं, तिसऱ्या उदाहरणात तो कर्मचारी आपल्या सहकाऱ्याला म्हणेल, "सर, तुम्ही तर कंपनीला लुटत आहात," किंवा "ऑफिसच्या स्टेशनरीचा असा दुरुपयोग करणं ही एक प्रकारे चोरीच झाली ना!"

दुसऱ्या उदाहरणात पत्नी रागाने भांडण सुरू करू शकते. ती पतीवर आरोपांचा

भडिमार करत म्हणेल, ''तुम्हाला तुमच्या जबाबदाऱ्यांची जाणीवच नाही,'' किंवा ''मला आणि मुलांना फिरायला घेऊन जाईन, असं आश्वासन तुम्ही मला मागच्या महिन्यात दिलं होतं. तुमच्यालेखी आम्हाला काही किंमतच नाही.'' किंवा ''तुमच्यासाठी मित्रच सर्वकाही आहेत, तर मग लग्नच का केलं?'' वगैरे.

अशा प्रकारे उत्तर देऊन आपण आपल्या भावनांनुसार तथ्य मांडता, आपल्या भावनांची तीव्रता व्यक्त करणाऱ्या शब्दांची निवड करता. वास्तविक अशा वेळी आपण अशा शब्दांची निवड करायला हवी, जे तथ्यही प्रस्तुत करतील आणि अपेक्षित परिणामही लाभतील. तुम्ही जेव्हा तुमच्या भावनांनुसार शब्दांचा उपयोग करता, तेव्हा ऐकणारा बऱ्याच वेळा कठोर शब्दच ऐकतो. अशा रीतीने भावनांमध्ये वाहवत जाणं, हे आपलं संभाषणच अयशस्वी करून टाकतं.

२. शांत राहणं किंवा अतिशय सौम्य शब्दांत आपलं म्हणणं मांडणं : या पद्धतीत लोक शांत बसण्याचीच निवड अधिक करतात, जेणेकरून सध्या तरी या समस्येला सामोरं जावं लागू नये. किंवा इतक्या सौम्य शब्दांत तुम्ही तुमचं मत मांडता, की त्याचा काहीच परिणाम होत नाही.

जसं- पहिल्या उदाहरणात बॉस विचार करतो, त्या कर्मचाऱ्याला त्याच्या निराशाजनक कामगिरीविषयी आताच सांगू नये, नंतर कधीतरी सांगता येईल. मग त्या कर्मचाऱ्याच्या निकृष्ट कामागिरीमुळे बाजारात त्यांच्या उत्पादनाची प्रतिमा डागाळली जाते, कमकुवत मार्केटिंग स्ट्रॅटेजीने त्यांच्या ब्रँडचं नुकसान होत जातं. अशा वेळी गप्प राहण्याचा निर्णय कंपनीसाठी अतिशय नुकसानकारक सिद्ध होऊ शकतो.

दुसऱ्या उदाहरणात पत्नीने शांत राहण्याचा निर्णय घेतला, तर आतल्या आत तिचा राग उफाळत राहील आणि जितका राग वाढेल, तितकं आक्रमक पद्धत अवलंबणं तिच्यासाठी अनिवार्य होत जाईल.

आता तिसऱ्या उदाहरणाविषयी बोलूया. तो कर्मचारी आपल्या सहकाऱ्याला म्हणतो, ''मला खरंतर याच्याशी काही घेणं-देणं नाही. पण हे पेपर्स तुमच्या वैयक्तिक कामाचे आहेत का? तुम्ही वाईट वाटून घेऊ नका; मला केवळ हे जाणून घ्यायचं होतं.'' अशा प्रकारे तुम्ही तुमचं म्हणणं सरळपणे न मांडता ते अतिशय सौम्य रीतीने प्रस्तुत केलं, तर या संभाषणाचा कोणताही प्रभाव पडणार नाही. यासोबतच तुम्हाला जो उचित परिणाम हवाय, तोदेखील मिळणार नाही.

३. टोमणे मारणे : याला उपहासात्मक बोलणं असंही म्हणतात. पत्नीने जर ही

पद्धत अवलंबली तर त्यांचं संभाषण कशा प्रकारे होऊ शकतं, हे आपल्याला खालील उदाहरणाद्वारे उत्तमरीत्या समजून घेता येईल. -

(पती-पत्नी दोघं एकत्रितपणे रात्रीचं जेवण करत आहेत.)

पती : अगं, तो अजित आहे ना, त्याचं लग्न ठरलंय. मागच्याच महिन्यात ते दोघे भेटले होते... मुलीकडच्यांनी होकार दिला आहे.

पत्नी : असं होय. अजितने मुलीला सर्व काही सांगितलंय ना? तुम्हा लोकांच्या महिन्यातून दोन-तीन ट्रिप्स वगैरे असतात वगैरे.

पती : का?

पत्नी : सगळ्या गोष्टी एकमेकांना माहीत असणं चांगलं असतं. दोघांना एकत्रितपणे जीवन जगायचं आहे ना?

या टोमण्यामुळे पती पत्नीत आणखी दुरावा निर्माण होईल. तो अतिशय कमी वेळ घरी थांबेल. टोमणे मारणं ही एक शॉर्टकट पद्धत आहे. कारण या पद्धतीत तुम्ही समोरच्याचा सरळ सामना न करता, तुमच्या भावना अप्रत्यक्ष रूपात व्यक्त करता. समोरच्याला बोलण्याची संधी न देता आपलं म्हणणं प्रस्तुत करणं लोकांना शक्ती आणि विजय याची अनुभूती देतं. परंतु समोरच्याला बोलण्याची संधी न दिल्याने त्याच्या मनात काही गोष्टी दबून राहतातच. त्याने उत्तर दिलं नाही, याचा अर्थ त्याने तुमचं म्हणणं स्वीकारलं असं होत नाही. कारण वास्तव अगदी विरुद्ध असतं. रागाने नाती बिघडतात, हे आपण जाणतो. मग क्रोध जर नात्यांमध्ये हातोड्याचं काम करत असेल, तर टोमणे मारणं म्हणजे जणू हातोड्यावर चढलेला गंज असतो. त्याने नाती अतिशय पोकळ बनतात. परिणामी नात्यांतील प्रेमभाव आणि आपुलकी संपुष्टात येते.

जिथे कठीण बाबी विशद करण्याची वेळ येते, तिथे या तिन्ही पद्धती निष्फळ ठरतात हे आपण पाहिलं. आता आपण कठीण विषय मांडताना संवादात चौथ्या पद्धतीचा उपयोग करायला शिकायचं आहे.

४. आदरयुक्त सरळ संवाद : ही चौथी पद्धत आहे. या पद्धतीत तुम्हाला नेमकं काय म्हणायचंय, हे आदरयुक्त शब्दांनी स्पष्ट होतं. याचाच अर्थ, तुम्हाला तुमच्या भावना शुद्ध करायच्या आहेत. तुम्ही तुमच्या नकारात्मक भावना आत दडवून ठेवून हे करू शकत नाही. तुमच्या भावनांचं विश्लेषण करून तुम्ही जेव्हा त्यांचा स्वीकार करता, त्यांना योग्य शब्दांत प्रस्तुत करता, तेव्हाच हे शक्य होतं.

जसं, बॉस जेव्हा त्याच्या भावनेचं विश्लेषण करेल, तेव्हा त्याला समजून येईल, की 'मी खूप काळापासून शांत आहे, त्यामुळे माझ्यात क्रोध निर्माण झाला आहे. मी जर योग्य वेळीच त्या कर्मचाऱ्याच्या खराब कामगिरीविषयी त्याला सांगितलं असतं, तर ही भावना इतकी तीव्र झाली नसती.' हीच बाब पत्नी आणि सहकाऱ्याच्या बाबतीतही लागू होते. पत्नी बराच काळ गप्प बसते, म्हणून तिचा राग वाढत जातो. तो सहकारी दररोज पेपर्सचा अयोग्य वापर होताना पाहतोय, म्हणून त्याच्यात द्वेष आणि क्रोध वाढत जातो. तुमचं बोलणं नेहमी 'आदरयुक्त' असावं, यासाठी उचललेलं हे पहिलं पाऊल आहे. 'सरळ संवाद' साधण्यासाठी पुढील पाच गोष्टींची काळजी घ्यावी लागेल. म्हणून जिथे ज्या गोष्टीची आवश्यकता असेल, तिथे त्या गोष्टीचा उपयोग करायला हवा.

* **आदरयुक्त शब्द :** तुमच्या संभाषणात आदरयुक्त शब्दांचा उपयोग करणं म्हणजे सुसंवाद 'आदरयुक्त' बनवण्याचं दुसरं पाऊल आहे. त्यासाठी तुम्हाला तुमच्या भावना शुद्ध करण्यासाठी आदरयुक्त शब्दांचा उपयोग करणंदेखील गरजेचं आहे. त्यानंतरच तुम्ही अशा काही गोष्टी समोरच्याला सांगा, ज्यामुळे कदाचित त्याला वाईट वाटू शकेल.

* **केवळ तथ्य सांगा :** तुमची भावना व्यक्त होईल, अशा शब्दांचा उपयोग न करता केवळ तथ्य समोर ठेवायचं आहे. जसं, त्या सहकाऱ्याला 'चोरी' शब्दाचा उपयोग प्रकर्षाने टाळायचा आहे. कारण या द्वेषयुक्त आणि क्रोधयुक्त शब्दाचा उपयोग आपल्या भावना व्यक्त करण्यासाठी त्याने केला आहे. तसंच पत्नी 'बेजबाबदार' शब्दाचा वापर टाळू शकते. बॉस 'अकार्यक्षम' शब्दाचा प्रयोग टाळू शकतो.

* **तथ्यापासून भावना वेगळ्या राखा :** तुम्ही समोरच्याला जर तुमची भावना आणि दृष्टिकोन या दोन्ही गोष्टी सांगू इच्छित असाल, तर तथ्य वेगळं राखायला हवं. कारण समोरच्याला दोन्ही गोष्टींची उत्तरं वेगवेगळी देता यावीत.

* **दृढता :** तुम्हाला माहीत असलेलं तथ्य जेव्हा तुम्ही समोरच्या व्यक्तीला आदराने सांगत असता, तेव्हा तुमच्या शब्दांत दृढतादेखील असायलाच हवी. अन्यथा, तुमच्या गोंधळात टाकणाऱ्या शब्दांत काही गांभीर्यच नाही हेच ते दर्शवत असतात.

* **निर्णय सांगू नका :** तुम्हाला जे सांगायचंय ते दृढतेने सांगा आणि त्यानंतर संवाद खुला ठेवा. तुमचा निर्णय सांगू नका; समोरच्याला त्याचं म्हणणं मांडण्याची संधी द्या.

आता आपण 'आदरयुक्त सरळ संवाद साधण्याच्या' तीन पद्धतींचा उपयोग करत, त्या तीन उदाहरणांची उत्तरं काय असू शकतात, हे समजून घेऊया.

पुढील असुविधाजनक संवाद न टाळता बॉस ते पूर्ण करतो. असं करताना त्याने

त्याच्या भावना व्यक्त करायला हव्यात, की ही बाब सांगणं त्याच्यासाठीदेखील खूप कठीण आहे.

बॉस : मागील दोन वर्षांपासून तुम्ही साउथ झोनचं मार्केटिंग सांभाळत आहात. परंतु या रिपोर्टनुसार आपला सेल अजिबात वाढलेला दिसत नाही. मला हे सांगताना फार वाईट वाटतंय, पण ही परिस्थिती बदलण्यासाठी आता यावर लवकरात लवकर काही निर्णय घेणं गरजेचं आहे.

पत्नी तिच्या नकारात्मक भावना स्पष्ट करून केवळ तथ्य समोर ठेवते. त्याचबरोबर ती तिच्या भावना व्यक्त करून पतीला या परिस्थितीकडे पाहण्याचा अन्य काही दृष्टिकोन आहे का, हेही विचारते.

पत्नी : आपण मागच्या तीन महिन्यांतील केवळ दोनच रविवार घरी होता. मला आणि मुलांनादेखील असंच वाटतं, की आपण रविवारचा वेळ आपल्या कुटुंबीयांसाठी द्यायला हवा. मी एक-दोनदा तसं तुम्हाला स्पष्ट सांगितलंदेखील. परंतु तरीही तुम्ही तुमच्या मित्रांनाच जास्त महत्त्व देता. म्हणून मला हे जाणून घ्यायचं आहे, की तुमच्या अशा वागण्यामागे काही वेगळं कारण तर नाही ना, जे अद्याप मला समजलं नाही.

कर्मचारी आपल्या सहकाऱ्याची चूक त्याच्या निदर्शनास आणतो आणि त्याला त्याच्या या गैरवर्तनाबद्दल प्रश्न विचारताना म्हणतो :

कर्मचारी : हे प्रिंटआउट तर तुमच्या खासगी कामाचे आहेत ना? मग ऑफिसच्या प्रिंटरमधून ते काढून घेणं कितपत योग्य आहे?

अशाप्रकारच्या संवादातून आपल्या समस्येतून तोडगा काढण्याच्या दिशेने आपण लवकर पोहोचू शकतो.

जो मनुष्य मधुर शब्दांऐवजी कठोर शब्दांचा उपयोग करतो,
तो पक्व फळांचा आस्वाद घेण्याऐवजी अर्धकच्ची फळंच खात असतो.

– तिरुवल्लुवर

१७

तिसरी पद्धत :

आपल्या म्हणण्यावर ठाम कसं राहावं

सर्वसाधारणपणे बहुसंख्य चर्चांमध्ये आपल्या मुद्द्यावर टिकून न राहण्याची समस्या जाणवते. जेव्हा काही लोक एकत्र येऊन एखाद्या विषयावर चर्चा करतात, तेव्हा ही बाब प्रकर्षाने दिसून येते. जसं, एखाद्या मीटिंगसाठी एक विशिष्ट विषय ठरवला जातो. परंतु काही वेळानंतर लोक वेगळ्याच विषयावर चर्चा करू लागतात. मग कोणीतरी पुन्हा मूळ विषयाची आठवण करून देतं आणि लोक पुन्हा मुख्य विषयाकडे वळतात.

दोन व्यक्ती आपापसांत चर्चा करत असतानादेखील ही समस्या प्रकर्षाने जाणवते. तुमच्यासोबतही कधीतरी असं घडत असेल. एखाद्यावेळी समोरची व्यक्ती मुद्दा सोडून भलतीकडेच वळते, तर कधी तरी तुम्हीही भरकटता. असं का घडत असेल बरं? या गोष्टीला जे लोक जबाबदार असतात, त्यांचा मानसिक कमकुवतपणा आपण या भागात समजून घेणार आहोत. त्याचबरोबर संभाषणात मुख्य मुद्द्यांवर लक्ष केंद्रित राहण्यासाठी कोणती पावलं उचलणं गरजेचं आहे, हेही जाणून घेऊया.

एका उदाहरणाने या विषयाची सुरुवात करूया. एका लहानशा कंपनीमध्ये अ, ब, क, ड असे चार प्रबंधक आहेत. ग्राहकांच्या तत्कालीन समस्यांवर उपाय शोधण्यासाठी ते एक मीटिंग आयोजित करतात. त्यात त्यांची चर्चा काहीशी अशा प्रकारे होते.-

अ : मागच्या आठवड्यात मला काही ग्राहकांकडून तक्रारीचे ई-मेल्स आले आहेत. आपल्या 'एक्स' प्रॉडक्टच्या बॅटरीमध्ये काहीतरी समस्या असल्याचं जवळपास अकरा लोकांनी लिहिलंय.

क : हो. कितीतरी डिस्ट्रिब्युटर्सनी मलादेखील हा फीडबॅक दिला आहे. दुकानदारांकडे जाऊन ग्राहक बॅटरीसंबंधात तक्रारी करत आहेत.

ड : आपण वॉरंटीनुसार त्यांना मोफत बॅटरी बदलून देऊ.

अ : पण नवीन बॅटरीमध्येदेखील तीच समस्या निर्माण झाली तर?

ब : काही नवीन बॅटरीजमध्ये निश्चितपणे ही समस्या असू शकते. आपण ज्या कंपनीकडून बॅटरीज खरेदी केल्या आहेत, त्यांच्या प्रॉडक्शनमध्ये जवळपास २ ते ३ टक्के बॅटरीज खराब निघतातच. कदाचित हे प्रमाण वाढूही शकतं. मात्र त्या कंपनीची निवड करून आपण खूपच चुकीचा निर्णय घेतला आहे.

ड : हे पाहा, त्याच्यापेक्षा स्वस्त बॅटरी आपल्याला कुठेही मिळू शकत नव्हती.

ब : पण याचा काय फायदा झाला? त्या बॅटरीमुळे आपल्या कंपनीची प्रतिमा खराब होत आहे.

ड : चांगल्या दर्जाच्या ज्या बॅटरीज मार्केटमध्ये उपलब्ध आहेत, त्यांचा उपयोग आपण करूच शकत नव्हतो. त्यांचा उपयोग करून 'एक्स' बनवण्यासाठी जो खर्च येईल, त्यातून आपल्याला काहीच नफा मिळवता आला नसता.

क : आपण व्यवसाय करत आहोत. त्यामुळे आपल्याला जर नफादेखील कमवायचा असेल आणि कंपनीही चालवायची असेल, तर 'एक्स' प्रॉडक्टची किंमत कमी ठेवण्याशिवाय आपल्याकडे अन्य कोणताही पर्याय नाही.

अ : पर्याय आहे, मात्र आपण त्यावर काम केलं नाही. आपली कंपनी इतकी जुनी आहे, की आपले असंख्य ग्राहक आहेत, तर मग आपण नवीन प्रॉडक्ट लाँच का करत नाही? त्या दिशेने तुम्ही काम का करत नाही?

ड : त्यात कितीतरी नवीन आव्हानं आहेत. सुरुवातीला डेव्हलपमेंटसाठी मोठी गुंतवणूक करावी लागेल आणि ते प्रॉडक्ट बाजारात चालायलाही हवं.

क : नवीन प्रॉडक्ट असतील तर आपला सेल सहज वाढेल.

ड : बाजारात नवीन प्रॉडक्ट आणताच आपल्याला सुरुवातीला जे प्रमोशन करावं लागेल, त्याच्यासाठी भांडवल/पैसे कुठून आणणार?

...(वीस मिनिटं नवीन प्रॉडक्टवर चर्चा केल्यानंतर)

ब : एक मिनिट... या विषयावर आपण नंतरही चर्चा करू शकतो. आता त्वरित आपण या गोष्टीचा विचार करायला हवा, की जे ग्राहक तक्रार दाखल करत आहेत, त्यांना कमी खर्चात आपण अशी कोणती सेवा देऊ शकतो, ज्यायोगे त्यांच्या तक्रारीचं निरसन होईल आणि आपल्या कंपनीची प्रतिमाही डागाळणार नाही.

मुख्य विषय सोडून चर्चा कशा प्रकारे भरकटत गेली आणि किती वेळ व्यर्थ गेला, हे आपण या उदाहरणातून पाहिलं. या चर्चेमध्ये मुद्द्यांपासून भरकटण्याचं पहिलं कारण आलं आहे. आता आपण ते सविस्तर जाणून घेऊया.

पहिलं कारण : चर्चा अन्य विषयांवर भरकटत जाणे

एका शालेय विद्यार्थ्याच्या उदाहरणाद्वारे हे कारण आपण समजून घेऊया. एकदा शाळेतर्फे नववी इयत्तेतील विद्यार्थ्यांची सहल आयोजित केली गेली होती. या वर्गातील एक मुलगा सहलीत सहभाग घेण्यासाठी अतिशय उत्साही होता. परंतु त्याचे वडील सहलीला जाण्यासाठी त्याला परवानगी देणार नाहीत, अशी भीती त्याला वाटत होती.

संध्याकाळी वडील घरी आल्यानंतर तो मुलगा त्यांच्याजवळ जाऊन बसला. त्याने थोडंसं संकोचतच वडिलांना सहलीला जाण्याची परवानगी मागितली. आधी वडिलांनी त्याचं बोलणं ऐकलं न ऐकल्यासारखंच केलं. विषयाला कलाटणी देऊन त्यांनी मुलाला विचारलं, ''सध्या तुमच्या शाळेत काय चाललंय?'' मुलाने वडिलांना शाळेतील काही गोष्टी सांगितल्या. मग अभ्यासाबाबत चर्चा झाली. उन्हाळ्याच्या सुट्टीत त्याला शिष्यवृत्तीच्या काही परीक्षाही द्यायच्या आहेत, असंही त्याने वडिलांना सांगितलं. हे ऐकून वडील अतिशय खुश झाले आणि त्यांनी मुलाला त्या परीक्षांसाठी प्रोत्साहन दिलं. अशातच टीव्हीवर क्रिकेटची बातमी लागल्याने मग दोघांनी क्रिकेटविषयीच बोलायला सुरुवात केली. मुलगा वडिलांना म्हणाला, ''हे खेळाडू जेव्हा अन्य देशांत मॅच खेळण्यासाठी जातात, तेव्हा ते त्या देशातील प्रेक्षणीय स्थळांना भेट देतात का? त्यांना तर पिकनिकला जाण्याचीही आवश्यकता भासत नसेल.'' वडिलांनी त्याचा

संकेत जाणला आणि ते त्याला म्हणाले, ''तू तुझ्या शाळेच्या सहलीविषयी तर काही सांगत नाहीस ना...''

वास्तविक संपूर्ण संभाषणात मुलाचं लक्ष मुख्य विषयावरून अजिबात ढळलं नव्हतं. तो जेव्हा वडिलांच्या प्रश्नांची उत्तरं देत होता, तेव्हा स्वतःच्याही काही गोष्टी सांगत होता. परंतु हे करत असताना संभाषणाचा मुख्य विषय त्याच्या सतत आठवणीत होता. असं का घडलं असावं? कारण त्या क्षणी अन्य विषयांच्या तुलनेत सहलीचा विषय त्याच्यासाठी अतिशय महत्त्वाचा होता.

आता आपण पुन्हा त्या प्रबंधकांच्या मीटिंगकडे वळूया आणि तिथे काय घडलं ते पाहू या.

बॅटरी खराब होण्याचा विषय 'ब'समोर येताच, बॅटरीज खरेदी करण्याचा निर्णय घेण्यात आला तेव्हाची घटना त्याला आठवली. तेव्हापासूनच त्याच्या मनात बॅटरी खराब होण्याची भीती होती. या घटनेला 'ब'ने जास्त महत्त्व दिलं आणि ती सर्वांसमोर व्यक्त केली. त्याने हेतुपुरस्सर सजगतेने विषय बदलला नाही, हे इथे आपण लक्षात घ्यायला हवं.

अशाचप्रकारे आपल्या मेंदूतही कित्येक आठवणी परस्परांशी जोडल्या गेलेल्या असतात. एखादी वस्तू जेव्हा तुमच्यासमोर येते, तेव्हा तिच्याशी जोडली गेलेली दुसरी वस्तू तुम्हाला सहजपणे आठवते. मग त्या आठवणींशी जोडल्या गेलेल्या भावना तशाच गोष्टी प्रखरतेने समोर आणतात. खरंतर त्या भावना सकारात्मक, नकारात्मक किंवा अतिउत्साहित करणाऱ्याही असू शकतात. अशा वेळी आपली सजगता कमी असेल, तर जणू काही आपण त्या भावनांनी संमोहित होऊन जातो आणि त्या व्यक्तही करतो. वर्तमान क्षणात या गोष्टी महत्त्वाच्या नाहीत याची जेव्हा आपल्याला कोणी आठवण करून देतं, तेव्हा आपल्याला या वास्तवाचं भान येतं. या सर्वांचं तात्पर्य असं, की चर्चा सुरू करण्यापूर्वी मुख्य विषय लक्षात ठेवण्याचा मनोमन केलेला एक छोटासा संकल्पदेखील, तो विषय स्मरणात ठेवण्यास अतिशय साहाय्यभूत ठरतो.

त्या घटनेत पुढे काय झालं, हे आता आपण जाणून घेऊया. जसं, 'ब'ने त्या निर्णयावर टीका केली. याला 'ड'ची सहमती होती, त्यामुळे 'ड'ने आपला बचाव करण्यासाठी तर्कसुसंगत कारण सादर केलं. कारण आता त्या निर्णयाचा बचाव करणं 'ड'ला मुख्य विषयापेक्षाही अधिक महत्त्वाचं वाटतं. अशा प्रकारे चर्चा वेगळ्याच दिशेला वळली. 'अ' आणि 'क' त्यांचा युक्तिवाद ऐकत राहिले आणि चर्चा मुख्य

विषयापासून भरकटली आहे, हे त्यांना जाणवलं. परंतु यात बराच वेळ निघून गेला होता.

अशा प्रकारे चर्चेदरम्यान अजाणतेपणी अन्य विषयाला महत्त्व देण्याची पहिली चूक आपल्याकडून घडते. आता आपण दुसऱ्या कारणाकडे वळूया. दुसरं कारण आपल्या मल्टिस्विचिंगच्या क्षमतेसंबंधी आहे. आता आपण तेही समजून घेऊया.

दुसरं कारण : चर्चेदरम्यान मल्टिस्विचिंग न करू शकणं

कित्येक वेळा आपण असे लोक पाहत असतो, जे एकाच वेळी कितीतरी कामं सांभाळत असतात. जणू काही ते मल्टिटास्किंगच करत आहेत असं वाटतं. परंतु वास्तवात असं घडतं का? नाही. मनुष्याचा मेंदू मल्टिटास्किंग करू शकत नाही. तो एकाच वेळी दोन बाबींवर विचार करू शकत नाही. परंतु तो मल्टिस्विचिंग करू शकतो. म्हणजेच तो एका गोष्टीवर विचार करून चपखलपणे आपलं लक्ष दुसऱ्या गोष्टीकडेही नेऊ शकतो. त्यानंतर तो पुन्हा पहिल्या गोष्टीवर लक्ष केंद्रित करून त्यावर विचार करू शकतो. ही क्षमता सरावाने वाढवता येऊ शकते. हे आहे तुमचं लक्ष केंद्रित करण्याचं प्रशिक्षण! याचा अभ्यास जितका जास्त होईल, तितकं तुमचं लक्ष अधिकाधिक एकाग्र होऊ शकतं. त्यासाठी पाहणाऱ्याला मात्र तुम्ही एकाच वेळी कितीतरी कामं करत आहात असंच भासतं.

चर्चेतील मुख्य मुद्दा कायम लक्षात राहण्यासाठी तुम्हाला मल्टिस्विचिंगच्या तंत्राचा उपयोग करायला शिकायचं आहे. एखाद्या मीटिंगमध्ये जेव्हा मुख्य विषयासंबंधी कित्येक नवीन विषय समोर येतात, तेव्हा हे टेक्निक अतिशय उपयुक्त ठरतं. अशा मीटिंगमध्ये अन्य विषयांवरही चर्चा करणं गरजेचं असतं. परंतु अन्य विषयांच्या खोलात गेल्याने तुम्ही मुख्य विषयापासून दूर जाऊ शकता. अशा वेळी नवीन विषयाला किती महत्त्व द्यायचं, याची कोणालाही कल्पना नसते. चर्चा योग्य दिशेने सुरू राहावी यासाठीच तुम्हाला समोर येणाऱ्या विषयांवर विचार करून आपलं लक्ष पुनःपुन्हा मुख्य विषयावर आणावं लागतं.

तुम्ही सजगतेने याचा सराव करत राहिला, तर कालांतराने हे अतिशय सोपं होईल. काही कालावधीनंतर तुम्हाला चर्चेचा मुख्य विषय आठवण्यासाठी प्रयत्न करावा लागणार नाही; सहजपणे तो आठवत राहील. चर्चा मुख्य विषयापासून अन्यत्र भरकटू लागली, तर तुमच्या मनाला टोचणी लागेल. म्हणून सजगतेसह निरंतर अभ्यास करून तुम्ही मल्टिस्विचिंगची क्षमता वाढवू शकता.

तिसरं कारण : चर्चेच्या सीमा माहीत नसणे

परिस्थिती थोडीशी कठीण बनते, तेव्हा तिसरं कारण समोर येतं. तुम्ही एखाद्यासाठी सल्लागाराची भूमिका बजावत असता आणि तो मनुष्य त्याच्या सर्व समस्या तुम्हाला सांगायला सुरुवात करतो. अशा वेळी कित्येकदा तुम्ही चर्चेत योग्य सीमा निर्धारित करू शकत नाही किंवा ती ओळखूही शकत नाही. परिणामी तुम्ही मुख्य मुद्द्यापासून भरकटता किंवा चर्चेचं तुमचं उद्दिष्ट पूर्ण होऊ शकत नाही. खालील दोन उदाहरणांच्या साहाय्याने ही बाब आपल्याला सविस्तर समजू शकेल.

चर्चेची पहिली पद्धत : उदाहरण १

सुरेश नावाचा एक कर्मचारी ऑफिसमध्ये नेहमी उशिरा येत असे. त्याचा बॉस सुरेशच्या या सवयीमुळे अतिशय त्रस्त झाला होता. एके दिवशी बॉसने सकाळी लवकरच मीटिंग आयोजित केली, तरी सुरेश पुन्हा उशिराच आला. मीटिंग संपल्यानंतर बॉसने सुरेशला केबिनमध्ये बोलावलं. कारण कर्मचाऱ्यांना सदैव सकारात्मक पद्धतीने प्रेरित करण्याची बॉसला सवय होती. आता त्यांचं संभाषण कशा प्रकारे घडलं, ते पाहूया.

बॉस : सुरेश, तुम्ही ऑफिसमध्ये दररोज उशिरा का येता? तुम्हाला याविषयी दोन वेळा तंबीही देण्यात आलेली आहे.

सुरेश : सर, माझं घर इथून खूपच दूर आहे, मी बसने येतो. बऱ्याच वेळा वाहतुकीतील अडथळ्यांमुळे उशीर होतो.

बॉस : मग तुम्ही गाडी का घेत नाही? गरज असेल तर मी तुम्हाला त्यासाठी ऑफिसकडून कर्जही मिळवून देऊ शकतो.

सुरेश : सर, आमच्या घरात नऊ लोक आहेत, जे सकाळी कॉलेज वा ऑफिसला जाण्यासाठी तयार होत असतात, त्यामुळेदेखील उशीर होतो.

बॉस : मग तुम्ही मोठं घर का घेत नाही? एके ठिकाणी माझी ओळख आहे, तिथे घरासाठी प्रयत्न करा किंवा याच घरात आणखी एक नवीन बाथरूम बांधा.

सुरेश : सर, पैशांचीदेखील समस्या आहे. तुम्ही माझ्या छोट्या भावाला नोकरी दिलीत तर बरं होईल.

बॉस : तुमच्या भावाचं शिक्षण किती झालंय?

सुरेश : सर, त्याचं ग्रॅज्युएशन झालंय आणि कॉम्प्युटरचा एक बेसिक कोर्सदेखील त्याने केलाय.

बॉस : ठीक आहे, मी पाहतो. यासंबंधी काही माहिती मिळाली तर तुम्हाला सांगतो.

सुरेश : सर, धन्यवाद!

उदाहरण २

मालकीण	:	तू भांडी व्यवस्थित घासली नाहीस.
कामवाली	:	मॅडम, माझ्या हाताला जखम झाली आहे. काल भांडी घासताना माझा हात कापला गेला.
मालकीण	:	अगं, मग डॉक्टरला दाखवलंस की नाही?
कामवाली	:	पती दवाखान्यात जाऊ देत नाही. पैसे खर्च होतील असं म्हणतो.
मालकीण	:	अगं, पैसे महत्त्वाचे की तुझं आरोग्य?
कामवाली	:	काय करू? वैताग आलाय मला त्याच्या स्वभावाचा.
मालकीण	:	इकडे घेऊन ये त्याला, मी बोलते त्याच्याशी.
कामवाली	:	तो येणार नाही.
मालकीण	:	मग मी तुझ्या घरी येते...

या दोन्ही उदाहरणांमध्ये कोणता परिणाम झाला, हे तुम्ही पाहू शकता. ज्या मुद्द्यासाठी संभाषण सुरू केलं होतं, तो मुद्दा बाजूलाच राहिला.

एखाद्याला वैयक्तिक पातळीवर मदत करणं चुकीचं नाही. परंतु ती सजगतेने करत आहात का, हे पाहणंही गरजेचं असतं. इतरांच्या वैयक्तिक जीवनात दखल देण्याची आवश्यकताच नव्हती, हे बराच वेळ गमावल्यानंतर कित्येक लोकांच्या लक्षात येतं. कारण बऱ्याच वेळा अशा समस्यांवर इतर लोकांचं नियंत्रण नसतं. त्यांनी इतरांची समस्या विनाकारण स्वतःच्या गळ्यात बांधून घेतलीय, हे चर्चा संपल्यानंतरच कित्येक लोकांना जाणवतं. खरंतर चर्चा सुरू करताना त्यांचा हा उद्देश नव्हताच, ते तर नकळत चर्चेतील मुख्य मुद्द्यापासून दूर गेले होते.

यासाठीच कोणतंही नातं, घटना, परिस्थिती यांमध्ये तुम्हाला तुमची सीमा आधीच स्पष्ट असणे अतिशय गरजेचं असतं. तुम्हाला तुमच्या सीमा स्पष्ट नसतील तर तुमच्यासोबत असं वारंवार घडू शकतं. तुम्हाला जेव्हा तुमच्या सीमा स्पष्ट माहीत असतात, तेव्हा संभाषण अथवा चर्चा थोडीशी जरी सीमेबाहेर गेली, तरी ही बाब तुम्हाला अस्वस्थ करते.

एकदा सीमा निश्चित केल्यानंतर तुम्ही जेव्हा इतरांना सल्ला, प्रेरणा वा मार्गदर्शन देण्याचं काम सुरू कराल, तेव्हा संभाषणाचा मुख्य विषय आणि त्याच्याशी संबंधित मार्गदर्शन या दोन बाबींवरच चर्चा करायला हवी. चर्चा तुम्ही आखलेल्या सीमेबाहेर जाऊ लागली, की पुन्हा ती मुख्य विषयाकडे वळवू शकता.

मनुष्याला त्याच्या सीमा स्पष्ट असतील, तर उपरोल्लिखित संभाषण कसं होऊ शकतं, ते पाहू या.

चर्चेची दुसरी पद्धत : उदाहरण १

बॉस : तुम्ही दररोज उशिरा पोहोचता. तुम्हाला दोन वेळा ताकीद देण्यात आली होती.

सुरेश : सर, माझं घर इथून खूपच दूर आहे. मी बसने येतो, त्यामुळे बऱ्याच वेळा वाहतूक कोंडीमुळे उशीर होतो.

बॉस : मग तुम्ही घरातून लवकर निघा किंवा एखादी दुचाकी घ्या. या समस्येवर एखादा कायमस्वरूपी उपाय शोधा. तुम्हाला कल्पना आहे, तुमच्या दररोज उशिरा येण्याने तुमच्यासह अन्य लोकांच्या कामावरही परिणाम होतो.

सुरेश : हो सर, मला समजतंय. पण मला आठवड्याभराची मुदत द्या. मी काही ना काही उपाय शोधतो.

बॉस : ठीक आहे.

उदाहरण २

मालकीण : तू भांडी व्यवस्थित घासली नाहीस.

कामवाली : बाईसाहेब, हाताला जखम झालीये. काल भांडी घासताना हात कापला गेला माझा.

मालकीण : अरेरे! थांब मी तुझ्यासाठी बॅन्डेज घेऊन येते. तू औषध घेऊन लवकर बरी हो आणि त्यानंतर मात्र भांडी स्वच्छ घासत जा.

चला तर, आता आपण काही महत्त्वपूर्ण बाबी जाणून घेऊ या.

१. प्रत्येक मीटिंगपूर्वी पूर्ण टीमला आणि स्वतःला चर्चेचा मुख्य विषय कोणता असेल हे सांगा. त्याचबरोबर सर्वांनी केवळ त्याच विषयावर चर्चा करावी, हेही सांगा.

२. एकापेक्षा अधिक विषयांवर चर्चा करायची असेल, तर मीटिंगची रूपरेषा आखून

कोणत्या विषयाला किती वेळ द्यायचा, हे आधीच निश्चित करा.

३. चर्चेदरम्यान, मुख्य विषयापेक्षा एखादा वेगळा महत्त्वाचा मुद्दा तुमच्या लक्षात आला तर मीटिंगमध्ये व्यत्यय न आणता, तुम्ही तो लिहून ठेवू शकता. अशी सूचना तुम्ही मीटिंगपूर्वी सर्वांना देऊ शकता.

४. समोरच्या व्यक्तीने चर्चेत एखाद्या नवीन विषयावर बोलायला सुरुवात केली, तर हा विषय मुख्य विषयाशी निगडित आहे की नाही, हे संयमपूर्वक आणि एकाग्रतेने पाहा. जर नसेल, तर तुम्ही त्या व्यक्तीस आदरयुक्त पद्धतीने मुख्य विषयावर बोलायला सुचवू शकता. त्याचा तो मुद्दा जर मुख्य विषयाशी निगडित असेल, तर तुम्ही मल्टिस्विचिंगचं कार्य सुरू करू शकता.

५. मीटिंग आखलेल्या रूपरेषेनुसार सुरू आहे की नाही, हे पाहण्याची जबाबदारी कोणाही एका सदस्याने घेऊन त्याप्रमाणे तो मीटिंगचं सूत्रसंचालन करू शकतो.

६. तुमची वैयक्तिक आणि व्यावहारिक नाती आणि परिस्थिती समजून घेऊन त्यानुसार आपल्या सीमा निश्चित करा.

या सर्व गोष्टींची काळजी घेतल्यानंतरही कदाचित तुम्ही मुख्य मुद्द्यापासून दूर जाण्याची शक्यता असते. असं घडल्यानंतर चर्चा विरुद्ध दिशेने वळवा आणि जिथून मूळ मुद्द्यापासून तुम्ही भरकटला होता ती पहिली चूक आठवण्याचा प्रयत्न करा.

समजा, तुम्ही एका तलावाच्या किनाऱ्यावर बसून आसपासचा निसर्ग निरखत आहात. त्यावेळी तलावात एक बदक तरंगत असतं. ते पाहून तुमच्या मनात पहिला विचार येतो, 'निसर्गाच्या सान्निध्यात किती छान वाटतंय. खरंतर मला आता त्राटक करायला हवं.' या विचारानंतर तुम्ही बदकाचं निरीक्षण करू लागता, बदक पाण्यावर तरंगत आहे... पाण्यात झाडांची काही पानंही तरंगत आहेत... ती पानं बेलपत्रासारखी दिसत आहेत... पण बेलपत्र तर शिवलिंगाला वाहिली जातात... मागच्या शिवरात्रीला मंदिरात एका बुटक्या मनुष्याला शिवलिंगावर दुधाने अभिषेक करायचा होता... परंतु त्याची उंची कमी असल्याने तो करू शकला नाही... मग त्याच्यासाठी खुर्ची मागवण्यात आली... त्या खुर्चीवर उभं राहून त्याने शिवलिंगाला अभिषेक केला... पंचतारांकित हॉटेलमध्ये खुर्च्या किती आरामदायी असतात ना! मी अमुक फाइव्ह स्टार हॉटेलमध्ये गेलो होतो, तेव्हा तिथे मला राजासारखी वागणूक देण्यात आली... माझं भव्यदिव्य स्वागत केलं गेलं... पाहुणचार केला होता... तिथे सर्व प्रकारची व्यवस्था होती... केवळ हत्तीचीच उणीव होती... हत्ती असता तर खरंच मी राजा आहे, असंच वाटलं

असतं... केरळमध्ये खूप हत्ती असतात... तिथे कोणत्याही उत्सवात हत्तींचा मोठा सहभाग असतो... सजवलेले हत्ती सोंडेत झेंडा पकडून मोठ्या रुबाबात चालतात... २६ जानेवारी, १५ ऑगस्ट या दिवशी मी झेंडावंदन केलं होतं... अशा प्रकारे विचारांची शृंखला कुठे सुरू होते आणि मुख्य मुद्द्यापासून तुम्ही कसे भरकटता जाता, याचं हे उत्तम उदाहरण आहे.

ज्या ज्या वेळी तुम्ही मुख्य मुद्द्यापासून भरकटत जाल, त्या त्या वेळी पुढे दिलेला सराव करा. सर्वांत शेवटी जो विचार होता, त्याला अनुसरून स्वतःला विचारा, 'हे झेंडावंदन आलं कुठून? हत्तीपासून... मग हत्ती आले कुठून? फाइव्ह स्टार हॉटेलमधून... फाइव्ह स्टार हॉटेलमधील खुर्ची आली कुठून? बुटक्या माणसापासून. मग बुटका माणूस आला कुठून? शिवरात्रीपासून. शिवरात्र आली कुठून? बेलाच्या पानांपासून... बेलपत्रं आली कुठून? बदकापासून... बदक कुठून आलं कुठून? त्राटकापासून...' अशा प्रकारे उलट दिशेने जात पहिल्या विचारापर्यंत पोहोचायचं आहे.

असा सराव तुमची सजगता वाढण्यासाठी उपयुक्त ठरेल. अशाप्रकारे चर्चेची पूर्ण शृंखला तुम्हाला नेहमीच आठवण्याची गरज नसते. परंतु असा प्रयत्न केला तर तुमची सजगता निश्चितच वाढत जाईल. ही सजगता पुढच्या वेळी तुम्हाला मुख्य मुद्द्यावर राहण्यासाठी उपयोगी ठरेल.

शब्दांमध्ये मंत्रशक्ती आहे, परंतु तुम्ही जेव्हा शब्दांचा उपयोग अपशब्द, चहाडी, निंदा आणि कपटकारस्थान यांसाठी करता, तेव्हा त्यांतील शक्ती नष्ट होते.

– सरश्री

१८

चौथी पद्धत :

'नाही' कसं म्हणावं

एखाद्याला 'नाही' असं म्हणणं किंवा एखाद्याकडून 'नाही' असं ऐकणं, या दोन्हीही गोष्टी फार कठीण असतात. कारण कोणाकडूनही 'नकार' ऐकताच मनुष्याच्या स्वाभिमानाला ठेच लागते आणि कोणालाही 'नकार' देताना साहजिकच त्याला संकोचल्यासारखं वाटतं. म्हणूनच बहुसंख्य लोकांना कोणालाही लगेच 'नाही' म्हणता येत नाही, मग भलेही त्यांना स्वतःला कितीही अडचणींना सामोरं जावं लागलं तरी!

अशी स्थिती बहुधा व्यावसायिक क्षेत्रांत अधिकारी आणि कर्मचारी यांच्यादरम्यान पाहायला मिळते. उदाहरणार्थ- कर्मचाऱ्याला हे माहीत असतं, की वरिष्ठांनी आपल्यावर जे काम सोपवलेलं आहे, ते त्यांनी सांगितलेल्या पद्धतीने न करता, वेगळ्या पद्धतीने केलं, तर खूपच वेळ वाचेल. शिवाय, त्या कामाची गुणवत्ताही अधिक चांगली मिळेल. परंतु, 'यामुळे वरिष्ठ आपल्यावर नाराज तर होणार नाहीत ना... आपल्याविषयी त्यांचा गैरसमज तर होणार नाही ना...' असा

विचार करून तो वरिष्ठांना विरोध करू शकत नाही आणि स्वतःवर सोपवलेलं काम शांतपणे करत राहतो.

कित्येकदा कंपनीचे संचालक अथवा उच्चपदस्थ अधिकारी यांना आपल्या अनुभवाचा आणि यशाचा इतका अहंकार असतो, की ते इतरांकडून 'नकार' ऐकूच शकत नाहीत. बहुसंख्य यशस्वी लोकांमध्ये 'माझं नेहमी बरोबरच असतं' असा दंभ निर्माण झालेला असतो. एखाद्या व्यावसायिकाला जर नेहमी 'माझं तेच खरं', असं वाटत असेल, तर मग त्याच्या हाताखालील कर्मचारीही त्याला विरोध करू शकत नाहीत. कारण वरिष्ठांना नकार देणं, अथवा विरोध दर्शवणं हे स्वतःसाठी धोकादायक ठरू शकतं, याची जाणीव हळूहळू कंपनीतील सर्वच कर्मचारीवर्गाला होऊ लागते. मग ते 'येस बॉस... येस बॉस...' असंच म्हणत राहतात. परिणामी अशा मनुष्याच्या हाताखाली सक्षम, कार्यकुशल, सर्जनशील लोकांऐवजी केवळ 'हाँ जी... हाँ जी' करत त्याच्या मागे मागे फिरणाऱ्या होयबा लोकांचीच खोगीर भरती होऊ लागते.

प्रत्येक यशस्वी उद्योजकाने आपल्यासोबत काम करणाऱ्या लोकांना समजून घ्यायला हवं. त्यांना जर आपल्या वरिष्ठांमध्ये काही कमतरता दिसत असतील, कार्यपद्धतीमध्ये ते काही बदल करू इच्छित असतील, तर त्यांना मनमोकळेपणाने बोलण्याची संधी मिळायला हवी. अन्यथा, 'वरिष्ठ तर आपलं काही ऐकूनच घेत नाहीत, त्यांना आपलं काही पटतच नाही, मग त्यांना काही सुचवण्यात काय अर्थ आहे...' असा विचार करून कर्मचारी जर काही न बोलता शांतच राहू लागले, तर यामुळे कंपनीचं खूप मोठ्या प्रमाणात नुकसानदेखील होऊ शकतं. यासाठीच अशी परिस्थिती निर्माण होऊ नये म्हणून, प्रत्येक कर्मचाऱ्याचं म्हणणं ऐकून घेणं अधिक श्रेयस्कर ठरतं. अन्यथा कोणत्याही व्यवस्थापनाचा उत्कर्ष मंदावू लागतो.

कधी कधी सवयीला बळी पडून अथवा परिस्थितीजन्य बाबींमुळे कर्मचारीदेखील बॉसला 'नाही' म्हणण्याचं धैर्य दाखवत नाहीत आणि नाइलाजाने प्रत्येक वेळी 'हो' म्हणत राहतात. खरंतर हे काम होणार नाही, हे त्या कर्मचाऱ्यांना माहीत असतं, तरीदेखील ते 'नाही' म्हणू शकत नाहीत. कारण समोरचा बॉस आहे आणि त्यांना केवळ 'हो'च म्हणायला हवं, एवढंच त्यांना ठाऊक असतं. परंतु कर्मचाऱ्यांनी प्रत्येक कामासाठी 'हो'च म्हणायला हवं, असं एखाद्या कंपनीच्या नियमावलीमध्ये लिहिलेलं असतं का? नाही ना! यासाठीच कर्मचाऱ्यांनी योग्य पद्धतीने 'नाही' म्हणण्याची कला शिकायला हवी.

'नाही' म्हणू न शकण्याची समस्या केवळ बॉसलाच असते असं नाही, तर काही

लोकांना आपले सहकारी, मित्र किंवा नातेवाईक यांच्याबाबतीतही ही समस्या जाणवते. कित्येक वेळा संकोच वाटत असल्याने, भीड चेपत नसल्याने, आपली प्रतिमा चांगली राहावी या इच्छेमुळे ते समोरच्याला होकार देतात. मग स्वीकारलेल्या गोष्टीचा त्रास होऊ लागला अथवा काही समस्या उद्भवली तर 'अमुक काम उगीचच हाती घेतलं' असा पश्चात्ताप करत दुःखी, त्रस्त होऊन ते कसंबसं काम पूर्ण करतात.

ज्यांना 'नाही' म्हणणं अथवा नकार देणं तुमच्यासाठी महत्कठीण काम असतं, असे कोणकोणते लोक आहेत, यावर तुम्ही प्रामाणिकपणे विचार करायला हवा. त्याचबरोबर 'हो' म्हणून अथवा होकार देऊन तुम्ही दुःखी किंवा अपराधबोधात (गिल्टमध्ये) कधी राहता हेही पाहायला हवं. असे लोक समोर आल्यानंतर 'हो' देखील म्हणता येईल आणि अपराधबोधाची भावनाही मनात राहणार नाही, असा एखादा मार्ग आहे का, यावरही मनन करायला हवं. मनन केल्यानंतर तुम्हाला 'नाही' म्हणण्याचे नवीन मार्ग सापडतील.

जसं, 'जोपर्यंत मला या कामाविषयी सर्व इनपुट्स योग्य रीतीने मिळत नाहीत, तोपर्यंत हे काम मी सुरू करू शकणार नाही,' असं तुम्ही म्हणू शकता. असं सांगितल्याने स्थिती स्पष्ट होते आणि तुम्हाला त्या कामाचा तणावही जाणवत नाही; त्याचबरोबर समोरच्याला वाईटही वाटणार नाही.

अशा प्रकारे आपण अनेकदा आपल्या नातेवाइकांनादेखील 'नाही' म्हणू न शकल्याने त्रस्त बनतो. जसं- एखाद्यावेळी तुमचा मित्र तुमची गाडी मागतो, पण तो महत्त्वाच्या कामासाठी नव्हे, तर केवळ इकडे-तिकडे फिरण्यासाठी गाडी मागतोय, हे तुम्हाला माहीत असतं. अशा वेळी तुम्ही मनात विचार करता, की याला गाडी द्यायला नको; पण काय करू? तुम्ही त्याला 'नाही' म्हणू शकत नसल्याने नाईलाजाने गाडीची चावी त्याच्या हातात देता. मग घडतं असं, की तो गाडी घेऊन जातो, सगळीकडे फिरून गाडीतील पेट्रोल संपवून मगच गाडी परत करतो. पेट्रोलची टाकी रिकामी पाहून तुम्हाला वाईट वाटतं; पण मित्र आहे म्हणून तुम्ही काहीच करू शकत नाही. वास्तविक तुम्हाला जर 'नाही' म्हणता आलं असतं, तर तुम्ही स्पष्ट शब्दांत सांगू शकला असता, 'मित्रा, मला क्षमा कर, पण मी तुला माझी गाडी देऊ शकत नाही.'

अशा प्रकारे काही लोक (नातेवाईक, मित्र, शेजारी) तुमच्याकडे किमती वस्तू, कपडे, दागिने किंवा पैसे मागतात. अशा वेळी नकार दिला तर नात्यात वितुष्ट निर्माण होईल, असा विचार तुम्ही करता. परंतु क्षणभर थांबून असा विचार करा- जे नातं काही दिल्याने कायम राहतं आणि न देण्याने संपुष्टात येतं, अशा नात्यात प्रेम वा आदर असतो का?

लोकांना मदत करून तुम्ही त्यांचं भलं करत आहात असं तुम्हाला वाटतं; परंतु हा केवळ भ्रम आहे. जे काम करण्याची तुमची इच्छा नाही, तरी ते तुम्ही करतच राहता. याचाच अर्थ, समोरच्याशी तुमचा योग्य समन्वय झालेला नाही. अशा स्थितीत स्वतः दुःखी राहून 'हो' म्हटल्याने कोणाचाही लाभ होणार नाही. स्वतः आनंदी असाल तरच तुम्ही इतरांना आनंदी बनवू शकता. यासाठी किमान तुम्हाला ज्या वेळी त्रास होतोय, त्या वेळी तरी 'नाही' म्हणायला शिका. यासोबतच 'नाही' म्हणण्याच्या उत्तम पद्धतींवरदेखील विचार करा. असं केल्याने तुमच्या बुद्धीला व्यायाम घडेल, शिवाय समोरच्यालाही वाईट वाटणार नाही आणि तुमचं उद्दिष्टही यशस्वी होईल.

'नाही' म्हणण्याच्या उत्कृष्ट पद्धती

'नाही' म्हणणं अगदी अपरिहार्य असतं, अशा वेळीच ही पद्धत उपयोगात आणावी. बहाण्यांच्या रूपात यांचा उपयोग करू नये.

▶ कृपया मला विचार करायला थोडासा वेळ द्या. मी माझं उत्तर तुम्हाला लवकरच पाठवतो.

▶ मी नवीन काम हाती घेतलं तर आधीच्या दोन कामांना पुरेसा वेळ मिळणार नाही. या तीन कामांपैकी मी कोणत्या कामांना अधिक प्राधान्य द्यावं असं तुम्हाला वाटतं?

▶ मी तुमच्या चर्चेत काही बोलू शकत नाही, परंतु माझ्या ब्लॉगवर ते प्रसारित करायचं असेल, तर त्यासाठी तुम्हाला अवश्य मदत करू शकेन.

▶ तुम्ही मला तुमच्या प्रोग्रामसाठी बोलावताय याबद्दल धन्यवाद. परंतु माझ्या कामाची सूची पाहून मी तुमच्या प्रोग्रामला उपस्थित राहू शकेन की नाही, याविषयी मला शंका आहे. कारण त्या दिवशी मी आजच्या तुलनेत अधिक व्यग्र आहे.

▶ मी संबंधित व्यक्तींना (डॉक्टर, बॉस, नातेवाईक, पती इत्यादींना) शब्द दिला होता, की मी आता कोणताही प्रोजेक्ट हाती घेणार नाही आणि जीवनाच्या सर्व स्तरांवर संतुलन साधण्यावर लक्ष केंद्रित करेन.

▶ निमंत्रणाबद्दल खूप खूप धन्यवाद. पण, त्या दिवशी माझ्या मुलाची फायनल क्रिकेट मॅच आहे आणि त्याला माझ्या मदतीची फार गरज आहे, त्यामुळे मी त्याच्यासोबतच राहणार आहे.

▶ वेळ मिळाला तर नक्की प्रयत्न करेन; परंतु आता हे काम मी घेऊ शकत नाही, क्षमा करा.

- मी आणखी एक जबाबदारी घेतली तर माझं कुटुंब माझ्यावर नाराज होईल, त्यामुळे कृपया मला क्षमा करा.
- मला मदत करायला नक्कीच आवडेल; परंतु यासाठी मी वेळ काढू शकेन की नाही, याविषयी मी साशंक आहे.
- मी 'नाही' म्हणू इच्छित नाही; परंतु नाइलाजाने मला 'नाही' म्हणावं लागतंय.
- तुम्ही माझ्याकडे अतिशय चुकीच्या वेळी आलात. खरंच मी तुम्हाला साहाय्य करण्यासाठी सध्या सक्षम नाही.
- तुम्हाला होकार दिला तर मी तुमचा विश्वास गमावून बसेन, अशी भीती मला वाटते, त्यामुळे कृपया मला क्षमा करा.
- नाही, धन्यवाद. हे माझ्या शेड्यूलमध्ये बसू शकणार नाही.
- या कार्यासाठी मी योग्य नाही.
- ठीक आहे, पण मी अद्याप यावर विचार केला नाही. आपण पुढच्या महिन्यात यावर बोलायचं का?
- वास्तविक मी तुमच्या कुटुंबातील सदस्यांना चांगल्या प्रकारे ओळखतो, त्यामुळे मी त्यांच्याविषयी कोणतंही मत व्यक्त करू शकत नाही.
- यावर निर्णय देण्यासाठी मी योग्य व्यक्ती नाही, त्यामुळे मी माझ्या वरिष्ठांना विचारून तुम्हाला फोन करतो.
- हा 'शो' खरंतर एखाद्यासाठी महान संधी ठरू शकतो; परंतु तो मला अनुरूप नाही. मला आशा आहे, की यासाठी तुम्ही अन्य कोणाला तरी तयार करू शकाल.
- तुम्हाला देण्यासाठी माझ्याकडे पुरेसे पैसे नाहीत; असते तर मी नक्कीच दिले असते.
- शाळा सुरू असताना तू रात्री तुझ्या मित्रांकडे राहू शकत नाहीस. कारण तू दुसऱ्या दिवशी सकाळी लवकर उठून शाळेत जावंस, अशी माझी इच्छा आहे. माझ्या या निर्णयामुळे तू निराश होशील याची मला जाणीव आहे. पण सुट्टी लागल्यानंतर तू त्याच्याकडे रात्री राहायला जाण्याविषयी विचार करू शकतोस.
- या आठवड्यात मी तुमच्या मुलाची देखभाल करावी अशी तुमची इच्छा आहे.

परंतु क्षमा करा, मला एक महत्त्वाचं काम आहे; त्याचबरोबर माझ्यावर कौटुंबिक जबाबदारीही आहे.

▶ मी तुमच्या निर्णयाचा आदर करतो. परंतु या वेळी मी या कामाची जबाबदारी घेऊ शकत नाही.

मात्र, या 'नाही' म्हणण्याच्या कलेचा उपयोग बहाणे देण्यासाठी कधीही करू नये. जिथे खरंच 'नाही' म्हणण्याची आवश्यकता आहे, तिथेच केवळ याचा उपयोग करा. जसं, तुमच्याकडे अतिशय महत्त्वाचं आणि तातडीने पूर्ण करायचं काम आहे, त्यामुळे तुम्ही इतर काम हाती घेऊ शकत नाही. अशा वेळी 'नाही' म्हणणं आवश्यक असतं. ही कला तुम्ही अशा वेळी उपयोगात आणायला हवी. परंतु याचा अर्थ असा नव्हे, की उद्धटपणे वा उपेक्षेने 'नाही' म्हणायचं. आपण नेहमीच प्रेमाने आणि आदराने 'नाही' म्हणायला हवं.

---·•·❋·•·---

भाषेच्या किमयागारावर माझा पूर्ण विश्वास आहे,
कारण काही शब्दांमुळे मला त्रास होतो आणि
काही शब्द मला सुखावून जातात, हे मला बालपणीच समजलं होतं.

— कॅथरीन डन

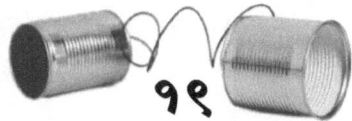

पाचवी पद्धत :

कठीण संभाषण कसं कराल

कठीण संभाषणाच्या वेळी मनुष्याकडून कोणत्या चुका घडू शकतात, ज्याने त्याचं संभाषण अयशस्वी होऊ शकतं? या विषयाकडे वळण्यापूर्वी कठीण संभाषण कोणकोणत्या प्रसंगी करावं लागतं, हे समजून घेऊया.

▶ तुम्हाला जेव्हा समोरच्याला नकारात्मक फीडबॅक द्यायचा असतो, पण समोरचा तर ऐकायला आणि स्वीकारायलाच तयार नसतो. अशा वेळी तो संभाषणाच्या सुरुवातीलाच विरोध करतो.

▶ संभाषणादरम्यान एखाद्या विषयावर तुमचा आणि समोरच्या माणसाचा दृष्टिकोन एकदम विरुद्ध असतो.

▶ जेव्हा तुम्ही आणि समोरचा मनुष्य चर्चेतून दोन विभिन्न परिणामांची इच्छा करता.

▶ एखाद्या मुद्द्याशी खूप साऱ्या भावना निगडित असतात. जसं– एका आईने

प्रथम तिचं मूल नात्यातीलच एका महिलेला कायमस्वरूपी दत्तक म्हणून दिलेलं असतं, परंतु आता मात्र ते तिला परत हवं असतं, अशावेळी त्या दोन मातांमध्ये चाललेलं संभाषण किंवा चर्चा.

▶ तुम्ही जेव्हा असं काही करणार आहात, ज्याने समोरच्या मनुष्याचं मानसिक, सामाजिक वा आर्थिक रूपात नुकसान होणार आहे. जसं- तुम्ही एखाद्याला नोकरीतून काढणार आहात.

▶ समोरचा इतका दुःखी आहे, की त्याचा राग तुमच्यावर काढण्याची त्याची इच्छा आहे.

अशा परिस्थितीत जेव्हा तुम्हाला संवाद साधायचा असतो, तेव्हा ते अतिशय कठीण आणि आव्हानात्मक असू शकतं. अशा संभाषणात समोरचा तुम्हाला किंवा तुम्ही समोरच्याला असं काही बोलता, जे तुम्हा दोघांनाही ऐकायला आवडणार नाही. यासाठी त्या मनुष्याची भेट घेऊन त्याच्याशी वैयक्तिक चर्चा करण्याचा प्रयत्न करायला हवा. ही काळजी घेतली तर चर्चा यशस्वी ठरण्याची शक्यता असते.

आता आपण कठीण संभाषणातील मुख्य मुद्दे समजून घेण्याचा प्रयत्न करूया.

१. चर्चेची, संभाषणाची योग्य तयारी करणे

आपण जेव्हा कोणत्याही कठीण संभाषणाची तयारी करण्याचा विचार करतो, तेव्हा बहुसंख्य लोक एकच काम करतात- ते समोरच्याला ज्या गोष्टी सांगू इच्छितात, त्या स्वतःच्या कल्पनेनुसार शेकडो वेळा मनात उच्चारतात. परंतु काही वेळानंतर इच्छा असूनही ते ही बडबड बंद करू शकत नाहीत. खरंतर असं करून ते स्वतःला वास्तवापासून दूर घेऊन जातात. अशा वेळी तुम्ही निश्चित कालावधी ठरवून प्रामाणिकपणे संबंधित तथ्य आणि तर्क यांच्यासह प्रयत्न करण्याची आवश्यकता असते. या तयारीनंतर जेव्हा संभाषण सुरू होईल, तेव्हा तुम्ही तुमचं हृदय त्या क्षणी खुलं ठेवाल.

तथ्य आणि तर्क या स्तरांवर तुम्ही स्वतःला खालील चार प्रश्न विचारून तयारी करू शकता.

✶ **उद्दिष्टाशी निगडित प्रश्न :** तुम्हाला कोणता परिणाम हवा आहे, समोरच्याला कोणता परिणाम हवा आहे, त्याच्या मनात अशी एखादी कोणती बाब आहे, जी तो दडवून ठेवू इच्छितोय, या गोष्टी प्रकाशात येणं अतिशय गरजेचं आहे. कारण जोपर्यंत दोघांचं उद्दिष्ट वा इच्छा स्पष्ट होत नाही, तोपर्यंत कोणतंही सामायिक उद्दिष्ट ठरवण्याचा प्रयत्न सुरू करता येऊ शकत नाही. यासाठी स्वतः प्रामाणिकपणे मनन करून तुमच्या

इच्छा प्रकाशात आणा आणि समोरील मनुष्याच्या इच्छा जाणण्याचा प्रयत्न करा.

* **पूर्वानुमानाशी निगडित प्रश्न :** समोरील मनुष्याच्या मनात तुमच्याविषयी आणि तुमच्या परिस्थितीविषयी कोणतं पूर्वानुमान असू शकतं, हे पाहा. कित्येक वेळा लोक संभाषणापूर्वीच काही धारणा अथवा गैरसमज घेऊन येतात. या गोष्टींविषयी तुम्ही आधीच सजग असाल, तर चर्चेदरम्यान गैरसमज होण्याचा धोका टळू शकतो. त्या धारणांमुळे समोरच्या मनुष्यामधील सुरक्षिततेची भावना कमी झाली असेल, तर योग्य पाऊल उचलून तुम्ही ती भावना पुनर्स्थापित करण्याचा प्रयत्न करू शकता.

* **वृत्तीशी निगडित प्रश्न :** संभाषणात तुमची आणि समोरच्या मनुष्याची वर्तणूक कशी असू शकते? या प्रश्नावर मनन करून तुम्ही संभाव्य चुका टाळू शकता. उदाहरणार्थ- जोरजोराने बोललेलं, ओरडलेलं तुम्हाला आवडत नाही आणि समोरचा नेमकं तेच करतो. हे पाहून त्याचे मुद्दे आणि दृष्टिकोन योग्य असूनही तुम्ही त्याकडे दुर्लक्ष करता आणि तुमचं संपूर्ण लक्ष त्याच्या आक्रमक स्वभावावर केंद्रित करून त्याला तुम्ही चुकीचं समजता. अशा वेळी तुम्ही त्याचं म्हणणं पूर्णपणे न ऐकून घेताच त्याला विरोध करता. तुमच्या अशा वर्तणुकीमुळे संभाषण अयोग्य दिशेला जाऊ शकतं आणि ते अयशस्वीही ठरू शकतं.

* **विरुद्ध दृष्टिकोनाशी निगडित प्रश्न :** तुम्हाला जेव्हा चर्चेच्यावेळी दोघांचाही दृष्टिकोन माहीत असतो, तेव्हा समोरच्या व्यक्तीला तुमची मतं किंवा तुम्हाला समोरच्या व्यक्तीची मतं अडचणीची वाटू शकतात. यासाठी सुरुवातीलाच यावर मनन करायला हवं. यासोबतच त्या अडचणींवर तार्किक आणि भावनिक स्तरावर कोणते उपाय असू शकतात, यावरदेखील मनन केल्याने दोघांचाही लाभ होऊ शकतो.

२. ध्यानाने सुरुवात करणे :

मीटिंगला प्रारंभ होण्यापूर्वी काही मिनिटं मन शांत ठेवा. मनात जे विचार सुरू आहेत, त्यांचं बारकाईने निरीक्षण करा. काही वेळ ध्यानावस्थेत बसून मनाला हृदयाशी (तेजस्थानाशी) ताळमेळ साधण्याची संधी द्या. अशा प्रकारे काही क्षण मौनात राहून मीटिंगला सुरू करा.

३. संभाषण न टाळता योग्य सुरुवात करणे :

कित्येक वेळा लोकांना चर्चेला सुरुवात करणे हेच फार त्रासदायक वाटतं. जोपर्यंत त्यांना चर्चा सुरू करणं त्रासदायक वाटतं, तोपर्यंत ती टाळण्याकडे त्यांचा कल जास्त असतो. असं केल्याने बऱ्याच वेळा तुमचा अमूल्य वेळ वाया जातो आणि

कित्येकदा हाताबाहेर गेलेल्या परिस्थितीमुळे नुकसानही पत्करावं लागू शकतं. त्यासाठी खालील काही पद्धतींचा उपयोग करून तुम्ही चर्चेला प्रारंभ करू शकता :

- कदाचित... या बाबतीत आपले विचार भिन्न असतील. परंतु तुम्हाला काय वाटतंय हे जाणण्याची माझी इच्छा आहे.

- आपण दोघं... या विषयावर एखादा उत्तम पर्याय निवडू शकतो का? याविषयी मी तुमच्या भावना जाणू इच्छितो आणि माझ्या भावनादेखील तुमच्यापर्यंत पोहोचाव्यात असं मला वाटतं.

- मी... या विषयावर बोलू इच्छितो. पण असंही असू शकतं, की... या बाबतीत आपले विचार भिन्न आहेत.

तुम्ही एक 'एसएमएस'ही पाठवू शकता, जसं – 'व्यवस्थित समजून घेता यावं यासाठी आपण याबाबतीत बोलू शकतो का?' अशा प्रकारे तुमच्या चर्चेला प्रारंभ होऊ शकतो.

४. **योजनेत सहभागी होण्याचा प्रयत्न :**

वर दिलेल्या प्रश्नांवर मनन करून क्रमवार पद्धतीने मार्गक्रमण करणे केव्हाही श्रेयस्कर ठरतं. परंतु तेव्हा तुम्ही संवादाच्या एखाद्या ठरावीक पद्धतीवर वा तंत्रावर ठाम राहण्याची आवश्यकता नाही. चर्चेदरम्यान तुम्हाला आणखी किती तरी नवीन गोष्टी माहीत होतील. त्या गोष्टी जर चर्चेसाठी महत्त्वाच्या असतील, तर तुम्ही निश्चित केलेली ठरावीक पद्धत सोडून द्यायला हवी. असं घडलं तर तुमची योजना रुळावरून घसरतेय असं समजू नये. कारण बऱ्याच वेळा चर्चेदरम्यान काही नवीन गोष्टी समोर येतात आणि तुम्हाला प्रवाहासह नव्या दिशेने पुढे जावं लागतं. अशा परिस्थितीसाठी मानसिकरीत्या सदैव तयार राहा.

५. **तर्क आणि भावना यांमध्ये योग्य ताळमेळ ठेवणे :**

बहुसंख्य लोक बऱ्याच वेळा तार्किक बाबी सांगतात आणि चर्चेदरम्यान केवळ तर्कच प्रस्तुत करतात. याउलट काही लोक केवळ भावनिक बार्बींविषयीच बोलतात. मात्र तुम्ही या दोन्ही गोष्टींचा उपयोग करून दोघांमध्ये संतुलन साधायला हवं. ग्रीक लोक म्हणतात, 'चर्चेदरम्यान लोगोस (तर्क) आणि पाथोस (भावना) या दोन्हींचा प्रयोग करायला हवा.' तुम्ही तार्किक असाल तर तुमच्यात सहजपणे भाव निर्माण होणार नाहीत. मग भलेही तुम्ही भावनिक रूपात काही करू शकल नसला, तरीही तुमचे आणि समोरील मनुष्याचे भाव मुखाद्वारे प्रकट होऊ द्या. जसं – 'तुम्ही या कामासाठी व्याकूळ

आहात, हे मला दिसतंय.' किंवा 'मला अमुक गोष्टीचा राग आलाय, हे मी तुम्हाला सांगू इच्छितो.' तुम्ही भावूक आहात आणि सहजपणे तर्क समजू शकत नसाल, तर 'पहिली बाब, दुसरी बाब, तिसरी बाब' अशा प्रकारे प्रस्तुत करा.

६. **अनेक मीटिंग्जची तयारी ठेवणे :**

एखाद्या विषयावरील मीटिंग एकाच वेळी पूर्ण व्हायला हवी, असं बरेच लोक मानतात, पण ही त्यांची सर्वांत मोठी चूक ठरते. आपण बऱ्याच वेळा सर्वकाही एकाच मीटिंगमध्ये पूर्ण करण्याची तयारी करतो, त्यामुळे चर्चेदरम्यान समोर येणाऱ्या नवीन तथ्यांकडे दुर्लक्ष करत राहतो. अशा प्रसंगी आपण जेव्हा काही गोष्टी हाताबाहेर जात असल्याचं पाहतो किंवा एकाच मीटिंगमध्ये विषय पूर्ण होत नाही, हे आपल्याला जाणवतं, तेव्हा आपण भावूक बनू लागतो आणि इतरांना दोषी ठरवू लागतो. मग गडबडीत, उतावीळपणे आपण असं काही बोलून जातो, जे मीटिंगच्या उद्दिष्टप्राप्तीसाठी नुकसानदायक ठरू शकतं. यासाठी अशा परिस्थितीत बेलाशकपणे म्हणता यायला हवं, 'चला तर, या बाबतीत आपण पुढच्या वेळी चर्चा करू.'

७. **समोरील माणसाचं मत पूर्णपणे ऐकणे :**

हा विषय आपण 'ऐकण्याची क्षमता' या भागात बऱ्याच प्रमाणात समजून घेतला आहे. कठीण संभाषणात प्रथम त्यांचा दृष्टिकोन समजून घ्यावा, अशी बऱ्याच लोकांची इच्छा असते. त्याचबरोबर चर्चेदरम्यान कित्येक वेळा त्यांच्या भावनादेखील अस्थिर होतात. अशा वेळी तुम्ही त्यांच्या भावना जेव्हा तुमच्या शब्दांद्वारे प्रकट करता, तेव्हा समोरील माणसाचं म्हणणं तुम्ही पूर्णपणे ऐकलंय आणि समजूनही घेतलंय याची जाणीव त्याला होते. उदाहरणार्थ, 'या गोष्टींनी तुमच्या मनाला खूप वेदना झाल्या आहेत' किंवा 'यात तुमचा कोणताही स्वार्थ नाही, हे मला समजतंय.' अशी वाक्यं ऐकल्यानंतर समोरचा तुमचं म्हणणं ऐकण्यासाठी खुला होतो.

८. **सामायिक लक्ष्य आठवणीत ठेवणे :**

सामायिक लक्ष्याविषयी आपण आधी वाचलेलं आहेच. मीटिंग सुरू होताच आपण सामायिक लक्ष्य सर्वांसमोर ठेवतो. परंतु जसजशी मीटिंग पुढे जाऊ लागते, तसतसं सर्वांचं लक्ष सामायिक उद्दिष्टावरून दूर होतं आणि इतर मुद्द्यांवर जातं. असं झाल्यानंतर दोन प्रकारच्या चुका होऊ शकतात.

(अ) तुमची वर्तणूक जेव्हा सौम्यपणाची असते : अशा परिस्थितीत 'तुम्ही जिंकलात, मी हरलो' असं तुम्ही सहजपणे म्हणू शकता. कारण तुम्ही समोरील मनुष्याच्या

मागणीला प्राधान्य देऊन स्वतःच्या गोष्टी मागे ठेवता. अशा प्रकारे सामायिक लक्ष्य प्राप्त होऊ शकत नाही.

(ब) तुमची वर्तणूक जेव्हा कठोरपणाची असते : अशा परिस्थितीत तुम्ही आधी तुमच्या मागण्या इतरांच्या समोर ठेवता आणि ही तशी स्वाभाविक गोष्ट आहे. बऱ्याच वेळा मनुष्य आपल्या गरजा आणि समस्यांकडेच सहजपणे वळतो. परंतु, तुम्ही जेव्हा सामायिक उद्दिष्ट विसरून स्वतःचंच म्हणणं खरं करण्याचा प्रयत्न करता, तेव्हा समोरचाही तसाच प्रतिसाद देतो. अशा प्रसंगी दोन विरुद्ध मतांमध्ये आपापसांत ओढाताण सुरू होते आणि चर्चेला वादविवादाचं स्वरूप प्राप्त होतं.

यासाठी तुमचं लक्ष सदैव सामायिक उद्दिष्टांवरच असायला हवं. जवळपास प्रत्येक परिस्थितीत सामायिक लक्ष्यपूर्ती शक्य आहे, यावर तुमचा दृढ विश्वास असायला हवा. दोन्ही पक्षांचा लाभ होईल, असा परिणाम प्राप्त करणे शक्य आहे, या विश्वासासह सामायिक उद्दिष्ट हा आपल्या मीटिंगचा मुख्य केंद्रबिंदू राखण्याचा प्रयत्न करा. आवश्यकता भासली तर हे उद्दिष्ट वारंवार बोलून सर्वांना स्पष्ट करा.

९. समस्या वैयक्तिक बनवू नका

तुम्हाला कोणावरही अधिकार गाजवायचा नाही, याचं स्वतःला सतत स्मरण देत राहा. आपण जेव्हा एखाद्या विषयाच्या खोलीत शिरतो, तेव्हा आपल्या मताशी, दृष्टिकोनाशी घट्ट चिकटून राहतो. मग याला विरोध केला किंवा तो स्वीकारला गेला नाही, तर ही बाब वैयक्तिक बनते. असं घडू नये म्हणून चर्चेचा मुख्य उद्देश आणि लक्ष्य यांचं स्वतःला सतत स्मरण देत राहायला हवं. दुसऱ्या पक्षानेदेखील हे वैयक्तिक बनवता कामा नये, याकडे लक्ष द्या. एवढं करूनही समोरच्या पक्षाने एखादी बाब वैयक्तिक बनवली, तर सौम्यपणे त्याच्या हे लक्षात आणून देऊ शकता.

अशा प्रकारे उपरोल्लिखित बाबींविषयी सजग राहून, तुम्ही कठीण संभाषण यशस्वीरीत्या हाताळू शकता.

सहावी पद्धत :

सांगता न येणारी बाब कशी सांगाल

एक गरीब लाकूडतोड्या दररोज सकाळी जंगलात जाऊन लाकडं तोडत असे आणि सायंकाळी ती बाजारात विकत असे. त्याच्या जंगलात येण्या-जाण्याच्या रस्त्यावरच राजमहाल होता. राजा दररोज संध्याकाळी त्याच्या खिडकीतून लाकूडतोड्याला पाहत असे. लाकूडतोड्याला पाहून राजाच्या मनात त्याच्याविषयी घृणा निर्माण होत असे. खरंतर त्या गरीब लाकूडतोड्याला पाहून राजाच्या मनात दयाभाव निर्माण व्हायला हवा होता; परंतु त्याच्याविषयी द्वेष का निर्माण होतो, याचं राजाला आश्चर्य वाटत असे.

एके दिवशी राजाने याविषयी आपल्या प्रधानाशी चर्चा केली. प्रधानालाही ही बाब अतिशय विचित्र वाटली. कारण आपला राजा हा गरिबांचा कैवारी असून, त्यांचा तिरस्कार करणाऱ्यांपैकी नाही, हे प्रधानाला माहीत होतं. प्रधान यामागील रहस्य उलगडण्याच्या हेतूने लाकूडतोड्याला भेटण्यासाठी त्याच्या घरी गेला. लाकूडतोड्याने त्याच्याशी मोकळेपणाने बोलावं, यासाठी प्रधानाने व्यापाऱ्याचा

वेश परिधान केला होता. लाकूडतोड्या हा एक सामान्य गरीब मनुष्य असून, दररोज मेहनत करून तो आपली गुजराण करतोय, हे बराच वेळ त्याच्याशी बोलल्यानंतर प्रधानाला समजलं. शेवटी निराश होऊन प्रधान लाकूडतोड्याच्या घरातून निघण्याची तयारी करू लागला, तितक्यात त्याची नजर एका बंद खोलीवर गेली. ती पाहून प्रधानाने लाकूडतोड्याला विचारलं, ''त्या खोलीत काय आहे?'' ''त्यात गरिबीतून मुक्त होण्याची किल्ली ठेवली आहे,'' असं लाकूडतोड्या उत्तरला आणि त्याने खोली उघडून प्रधानाला चंदनाच्या लाकडांचा ढीग दाखवला. लाकूडतोड्या प्रधानाला म्हणाला, ''कित्येक वर्षांपासून मी ही लाकडं जमा करून ठेवली आहेत. आपल्या राजाचा जेव्हा मृत्यू होईल, तेव्हा अंत्यसंस्कारासाठी या लाकडांची गरज भासेल. अशावेळी मी ही लाकडं महागड्या दराने विकून खूप पैसे कमावेन. मी दररोज राजमहालाच्या समोरून जाताना, राजाचा मृत्यू कधी होईल आणि माझी गरिबी कधी दूर होईल, असाच विचार करतो.'' हे ऐकल्यानंतर प्रधानाला त्याच्या प्रश्नाचं उत्तर गवसलं.

आता प्रधानासमोर सर्व रहस्य उलगडलं होतं. प्रधान लाकूडतोड्याला म्हणाला, ''हे पाहा, महाराजांच्या मृत्यूला अद्याप बराच कालावधी आहे. महाराजांना अजून अपत्यप्राप्तीही झालेली नाही. ते त्यांच्या पहिल्या संततीच्या जन्मानंतर त्याच्या उज्ज्वल भविष्यासाठी मोठा यज्ञ करणार आहेत. तेव्हा या यज्ञासाठी खूप सारी चंदनाची लाकडं लागणार आहेत. त्यावेळी तू ही लाकडं विकू शकतोस. अपत्यप्राप्तीच्या आनंदात महाराज तुला या लाकडांच्या बदल्यात भरपूर धन देतील. आता केवळ महाराजांच्या घरी लवकरात लवकर अपत्य जन्माला यावं, अशी प्रार्थना कर.'' हा सल्ला देऊन प्रधान तेथून निघून गेला.

या घटनेनंतर काही कालावधी लोटला. त्यानंतर एके दिवशी महाराज प्रधानाला बोलावून म्हणाले, ''तुम्हाला आठवतंय, मी एकदा एका लाकूडतोड्याविषयी तुम्हाला सांगितलं होतं. त्याला पाहून माझ्या मनात नेहमी तिरस्कार उत्पन्न होत असे. पण आता तिरस्कार निर्माण होणं पूर्णपणे बंद झालंय. उलट आता मला त्याच्याविषयी करुणा वाटते.'' यानंतर प्रधानाने पूर्ण कथा राजाला ऐकवली, तेव्हा राजाला त्याच्या भावनेमध्ये झालेल्या परिवर्तनाचा अर्थ समजला.

ही कथा अंतर्मनाच्या एका महत्त्वपूर्ण रहस्याकडे संकेत करते. दोन लोकांमधील संभाषणाची सुरुवात अंतर्मनाच्या स्तरावरच होते, हे ते महत्त्वपूर्ण रहस्य आहे.

दोन लोकांमध्ये संभाषण होतं, तेव्हा दोघांच्या अंतर्मनातील गोष्टी एकमेकांपर्यंत

पोहोचतात. समोरचा मनुष्य संवेदनशील असेल, तर या गोष्टी त्याला लगेच जाणवू शकतात. कित्येक लोक अतिशय कठीण परिस्थितीतही समोरच्या मनुष्याच्या कोणत्या बोलण्यावर विश्वास ठेवायचा आणि कोणत्या गोष्टीवर नाही, हे स्वतःच्या आंतरिक विश्वासाच्या साहाय्याने ठरवतात, हे आपण पाहिलं असेल.

दोन लोक जेव्हा एकमेकांशी समोरासमोर बोलतात, तेव्हा त्यांच्या संभाषणात केवळ ७ टक्के योगदान त्यांच्या शब्दांचं असतं. उरलेलं ९३ टक्के योगदान हे त्यांची देहबोली, बोलताना आवाजातील चढ-उतार, चेहऱ्यावरील हावभाव या गोष्टींचं असतं. या टक्केवारीचं लोक वेगवेगळ्या पद्धतींनी स्पष्टीकरण देतात. परंतु मनुष्याची देहबोली, स्वर आणि चेहऱ्यावरील हावभाव यांवर त्याच्या अंतर्मनाचं अधिक नियंत्रण असतं, याविषयी सर्वजण सहमत आहेत. बाह्यमनाचं नियंत्रण केवळ तुमच्या शब्दांवर असतं. म्हणजेच तुमच्या मनात तिरस्काराची भावना असेल, तर ती तुम्ही तुमच्या मधुर शब्दांनी दडवू शकता. परंतु तुमची देहबोली, स्वर आणि चेहऱ्यावरील हावभाव ती भावना लपवण्यासाठी पूर्णपणे असमर्थ असतात.

अशा प्रकारे अंतर्मन केवळ तुमचं वास्तव समोरील मनुष्याच्या अंतर्मनापर्यंत पोहोचवतं असं नव्हे, तर ते तुमच्या संभाषणातील ९३ टक्के भागावरही परिणाम करतं. भलेही हा ९३ टक्के हिस्सा समोरील मनुष्य समजू शकत नाही, परंतु त्याचं अंतर्मन या गोष्टी निश्चितपणे पकडतं. जसं- तुमची देहबोली जर नकारात्मक असेल, तर समोरील मनुष्याला ती त्वरित जाणवते. म्हणूनच संभाषणात खोटंनाटं बोलू नये अथवा काही गोष्टी अतिरंजित करून सांगू नयेत.

एखाद्याची खोटी स्तुती करू नका, अन्यथा समोरील मनुष्याला ही गोष्ट जाणवल्याने तुम्ही तुमची विश्वासार्हता गमावून बसाल, असं तुम्हाला प्रशंसा करण्याच्या तंत्रात सांगितलं जातं. ज्या ज्या ठिकाणी तुम्ही तुमच्या भावनांशी प्रामाणिक नसता, त्या त्या ठिकाणी ही बाब लागू पडते.

उत्तम संवादसाधक बनण्यासाठी बाह्यगोष्टींसोबतच आंतरिक रहस्यांवरदेखील कार्य करणं किती आवश्यक आहे, हे तुम्हाला समजेल. आंतरिक भावना बदलण्याची एक सहज सोपी पद्धत आहे, 'तुम्ही तुमचा स्वसंवाद बदला.' तुमच्या स्वसंवादाचा परिणाम भावनांवर होतो आणि तुमच्या भावनांचा परिणाम स्वसंवादावर घडतो. या दोन्ही गोष्टी एकाच वेळी घडत असतात.

आता आपण सरश्रीलिखित 'स्वसंवाद एक जादू' या पुस्तकातील काही उदाहरणं वाचूया. या उदाहरणांद्वारे आपल्याला स्वसंवादाचा संभाषणावर आणि नातेसंबंधांवर

कोणता परिणाम होतो, हे सविस्तर समजू शकेल.

केवळ स्वसंवाद बदलल्याने काय घडतं?

आपल्या मनात ज्या प्रकारचा स्वसंवाद सुरू असतो, त्याच प्रकारे आपली देहबोली (बॉडी लँग्वेज) दिसून येते. शिवाय, समोरील मनुष्याच्या अंतर्मनाला देहबोली त्वरित समजते. नकारात्मक देहबोली लोकांमध्ये तणाव, संकोच आणि तिरस्कार निर्माण करते. सकारात्मक देहबोलीने सर्वांचं अंतर्मन प्रभावित होतं; सर्वांमध्ये सहकार्याची भावना निर्माण होते. जसजसा आपला स्वसंवाद बदलतो, तसतशा आपल्या क्रियादेखील बदलतात. या सर्व गोष्टी अतिशय सूक्ष्म रीतीने सुरू असतात, त्यामुळे आपल्याला त्या समजून येत नाहीत. म्हणून आपली देहबोली बदलण्यासाठी आपण स्वसंवाद नियंत्रित करायला हवा. काही वर्षांपूर्वीची एक घटना इथे उद्धृत करत आहोत.

अनमोल नावाचा एक मुलगा रविवारच्या सत्रात सरश्रींना भेटायला आला. त्यावेळी तो सरश्रींना म्हणाला, ''सरश्री, उद्या सोमवार आहे आणि मी उद्या ऑफिसमध्ये जाऊन राजीनामा सादर करणार आहे.''

अनमोलने पाकिटात हात घालून राजीनामा पत्र काढलं आणि ते दाखवत तो म्हणाला, ''सरश्री, हे माझं राजीनामा पत्र आहे. हे मी उद्या बॉसच्या टेबलवर ठेवणार आहे.''

''का? नवीन नोकरी मिळणार आहे की काय?'' सरश्रींनी हा प्रश्न विचारताच अनमोलच्या चेहऱ्यावरील रंग बदलले. त्याच्या चेहऱ्यावर प्रतिशोधाची भावना स्पष्ट दिसू लागली.

''सरश्री, नवीन जॉब वगैरे नाही मिळाला. पण मागील एक वर्षापासून माझ्या बॉसने मला किती त्रास दिलाय, याची तुम्हाला कल्पना नाही. मी या त्रासाने अगदी वैतागून गेलोय. उद्या हे राजीनामा पत्र बॉसच्या टेबलवर ठेवतो आणि त्यावर त्यांची सही घेतो. नंतर ऑफिसमध्ये जाऊन माझे सगळे पैसे, सर्व क्लिअरन्स घेईन. मग पुन्हा बॉसला भेटायला जाईन.'' आता अनमोलच्या चेहऱ्यावर राग दिसत होता. तो पुढे म्हणाला, ''मी बॉसला भेटायला जाईन, पण ते हात मिळवण्यासाठी नव्हे, तर तो एक बहाणा असेल. मी ऑफिसमध्ये जाऊन त्याच्या गालावर एक जोरदार थप्पड मारणार आहे.''

हे शब्द उच्चारताना त्याच्या चेहऱ्यावर एक असुरी आनंद दिसू लागला,

समाधान विलसू लागलं. अनमोल म्हणाला, ''मी जेव्हा बॉसच्या गालावर थप्पड मारेन, तेव्हाच माझ्या जीवनाचं सार्थक होईल. इतक्या वर्षांपासून त्याने मला जो त्रास दिलाय, केवळ त्याचा बदला घेण्यासाठीच फायनली मी राजीनामा देणार आहे.''

''अनमोल, काही हरकत नाही. तुम्हाला जसं वाटतं तसं करा. परंतु आता तुम्ही जे सांगताय ते पंधरा दिवसांनी करा, जेणेकरून सर्वांचं भलं होईल आणि यात सर्वांत जास्त तुमचं कल्याण होईल,'' सरश्रींनी अनमोलला समजावलं.

''पण मी तर राजीनामा देणारच आहे,'' अनमोल ठामपणे म्हणाला.

''राजीनामा जरूर द्या; पण पंधरा दिवसांनंतर! तोपर्यंत तुम्हाला एक छोटंसं काम करायचं आहे.'' आता अनमोलचा चेहरा प्रश्नार्थक बनला आणि तो थोडासा साशंक होऊन पाहू लागला होता. 'आता काय सांगितलं जाणार कोण जाणे,' अशा प्रकारचे विचार त्याच्या मनात सुरू होते.

''हे पाहा अनमोल, पुढील पंधरा दिवस विश्वासासह तुम्हाला केवळ एकच काम करायचं आहे. सकाळी आणि सायंकाळी दोन वेळा प्रार्थना करायची आहे,'' सरश्री त्याला म्हणाले.

''तुम्ही सांगत आहात तर निश्चितपणे करेन,'' आता अनमोलच्या स्वरात निश्चिंतता होती.

''ही प्रार्थना तुम्ही तुमच्या बॉससाठी करायची आहे.''

आता अनमोलच्या चेहऱ्यावर आश्चर्यही होतं आणि थोडीशी चिडही होती.

''का? त्यांच्यासाठी मी का प्रार्थना करू?'' अनमोल विरोध दर्शवत म्हणाला.

''यावर पंधरा दिवसांनी बोलूया. आता तुम्हाला सांगितलं जात आहे, की तुम्ही सकाळ-संध्याकाळ तुमच्या बॉससाठी प्रार्थना करायची आहे. तुमच्या बॉसला जे जे हवं, ते सर्व त्यांना मिळो. त्यांच्या सर्व मनोकामना पूर्ण होवोत आणि त्यांचं आरोग्य चांगलं राहो. त्यांना शारीरिक आणि मानसिक शांती प्राप्त होवो, त्यांचा आर्थिक विकास होवो. यासोबतच त्यांना दररोज आनंद मिळावा, खुशी मिळावी आणि त्यांच्या सर्व इच्छा पूर्ण व्हाव्यात, अशीही प्रार्थना करायची आहे.''

"हे तुम्ही मला काय करायला सांगत आहात? माझ्याकडून असं कदापि होणार नाही."

"अनमोल, हा एक नवीन प्रयोग आहे, करून तर पाहा. तसंही तुम्ही तर राजीनामा देणारच आहात."

"ठीक आहे. तुम्ही सांगत आहात म्हणून करेन." अनमोल खिन्नपणे म्हणाला.

चौदा दिवसांनंतर अनमोल पुन्हा रविवारच्या सत्रात पोहोचला.

"अनमोल, कसे आहात? तुम्ही राजीनामा कधी देणार आहात?" सरश्रींनी विचारलं.

मात्र या वेळी अनमोलच्या चेहऱ्यावर वेगळेच भाव होते. थोडंसं हास्यदेखील विलसत होतं.

"माझा राजीनामा देण्याचा विचार पक्का होत नाहीये. कारण आजकाल बॉस माझ्याशी अतिशय चांगलं वागत आहेत. काय घडलंय कोण जाणे! पण हळूहळू ते इतकं चांगलं कसं बोलू लागलेत, याचंच मला आश्चर्य वाटतंय."

"अनमोल, याचं कारण काय आहे, हे तुम्हाला अद्याप समजलं नाही का? तुमच्या आत कोणते स्वसंवाद सुरू आहेत, यावर हे अवलंबून असतं. तुम्ही तुमच्या बॉससाठी प्रार्थना करायला सुरुवात केली, तसं त्या प्रार्थनेचा परिणाम तुमच्या स्वसंवादावर झाला. अशाप्रकारे आपले स्वसंवाद जसे बदलत जातात, तसे आपले विचार बदलत जातात. त्यानंतर आपली वाणीदेखील बदलायला सुरुवात होते आणि केवळ वाणीच नव्हे, तर बॉडी लँग्वेज म्हणजे देहबोलीदेखील बदलू लागते. मग ज्यांच्यासाठी तुम्ही सकाळ-संध्याकाळ प्रार्थना करत असता, त्यांच्याबाबतीत तुमची देहबोली नकारात्मक गोष्टी करूच शकत नाही; ती तर सकारात्मक गोष्टीच करणार. तुमच्यातील सकारात्मक गोष्टी समोरील मनुष्याचं अंतर्मन जाणतं. मग तेदेखील तशाच प्रकारे प्रतिसाद देऊ लागतं."

प्रार्थना आणि स्वसंवाद तुमच्या अंतर्मनाची अवस्था कशा प्रकारे बदलतात, हे आपल्याला या घटनेतून समजलं. ही अवस्था आपली देहबोली बदलते आणि देहबोलीची भाषा समोरील मनुष्याच्या अंतर्मनापर्यंत पोहोचते. म्हणून ही अंतर्मनाची अवस्था योग्य करण्याची तयारी तुम्ही जर प्रत्येक कठीण संभाषणाच्या आधी केली, तर

ते संभाषण यशस्वी होण्याची शक्यता कित्येक पटीने वाढते. ही तयारी कशी करावी, हे आपण जाणून घेऊया.

तुमच्या मनात जर एखाद्याविषयी तिरस्काराची आणि क्रोधाची भावना असेल आणि त्या मनुष्यासोबत तुम्हाला कठीण संभाषण करायचं असेल, तर अप्रत्यक्ष संभाषणाच्या तीन टप्प्यांद्वारे तुम्ही हे करू शकता.

पहिला टप्पा :

त्या मनुष्यासाठी प्रार्थना (मंगलकामना) करा. जसं- 'गॉड ब्लेस यू... ईश्वर तुमच्यावर कृपा करो.' असं म्हणताना सुरुवातीला तुमच्या मनात अवरोध निर्माण होण्याचीही शक्यता आहे. परंतु तुमची आंतरिक अवस्था बदलण्यासाठी त्या मनुष्याकरिता प्रार्थना करणं किती आवश्यक आहे, याचा पुरावाच हा अवरोध आपल्याला देतो. त्यासाठी तुम्ही पुढीलप्रकारे प्रार्थना करू शकता. -

'तुमच्या सर्व मनोकामना दिव्य योजनेनुसार पूर्ण होवोत... ईश्वर तुम्हाला प्रत्येक आजारातून मुक्त करो... तुम्हाला जीवनात सुख, शांती, स्वास्थ्य आणि समृद्धी लाभो... तुमचे सर्वांशी जिव्हाळ्याचे नातेसंबंध निर्माण होवोत... तुमचा संपूर्ण विकास होवो...'

दुसरा टप्पा :

क्षमासाधना करा. क्षमासाधनेत तुम्ही समोरील मनुष्याकडे दिलखुलासपणे, प्रांजळपणे आणि प्रामाणिकपणे सर्व गोष्टींसाठी क्षमायाचना करा. भलेही या गोष्टी त्याला ऐकू येणार नाहीत, परंतु या गोष्टी त्याच्या अंतर्मनापर्यंत निश्चितच पोहोचतात. यासोबतच क्षमा मागितल्याने तुमचं अंतर्मनदेखील शुद्ध होत जातं.

यासाठी 'मी ईश्वराला साक्षी ठेवून तुमची क्षमा मागत आहे. मी तुम्हाला भाव, विचार, वाणी किंवा क्रिया यांद्वारे जे दुःख दिलं, त्यासाठी कृपया तुम्ही मला क्षमा करा. मीदेखील तुम्हाला क्षमा करतो. तुम्ही माझ्याबद्दलच्या नकारात्मक विचारांतून मुक्त व्हा,' असं एकटे बसून तुम्ही म्हणू शकता.

एखाद्याशी बोलायला तुम्ही घाबरत असाल किंवा तुमच्या मनात 'समोरचा माझं म्हणणं समजू शकेल की नाही कोण जाणे,' असा संभ्रम असेल, तर अशा वेळी संभाषणापूर्वी 'अप्रत्यक्ष संभाषणाच्या रूपात' समोरील मनुष्याच्या अंतर्मनात तुमचं मनोगत पोहोचवा.

तिसरा टप्पा :

अप्रत्यक्ष संभाषणाला सुरुवात करा. यासाठी रात्री झोपण्यापूर्वीची किंवा सकाळी लवकर, अशी वेळ निवडा. कारण यावेळी दोघेही, विशेषतः समोरचा मनुष्य तणावमुक्त अवस्थेत असेल, तसंच त्याचं मन अधिक ग्रहणशील असेल. अशा वेळी तुम्ही शांत जागी एकांतात बसून कल्पना करा, की तो मनुष्य तुमच्यासमोर बसला आहे. मात्र तो मनुष्य क्रोधित होईल, अशी जर तुम्हाला शंका असेल, तर प्रथम त्याला सांगा, 'तुम्ही शांत व्हा, तुमची सर्व कामं व्यवस्थित होतील. माझ्या मनात तुमच्याविषयी जो काही तिरस्कार, द्वेष वा तक्रार आहे, ती मी दूर करत आहे. मी तुमच्यावर प्रेम करतो, तुमचा आदर करतो.' यानंतर तुम्ही मुख्य विषयावर बोलायला सुरुवात करा.

'कृपया तुम्ही माझं म्हणणं समजून घेण्याचा प्रयत्न करा. अथवा, माझी अशी इच्छा आहे........................(मग तुम्हाला जे काही सांगण्याची इच्छा आहे, ते सांगा.)

अशा प्रकारे प्रार्थना, क्षमासाधना आणि अप्रत्यक्ष संभाषण यांसह काही दिवस निरंतरतेने अंतर्मनाची तयारी करत राहा. असं दररोज सतत काही दिवस केल्यानंतर तुम्ही जेव्हा प्रत्यक्ष बोलणी कराल, तेव्हा समोरील मनुष्याचं वर्तन बदलू लागल्याचं, समस्येचं निरसन होऊ लागल्याचं तुम्हाला जाणवेल. वास्तविक मुख्य समस्या आपल्या विचारांमध्ये आणि भावनांमध्येच जागृत असते. बाह्य गोष्टींचे उपाय तर सहज-सरळ असतात.

वरील घटना वाचकांना रंजक वाटावी म्हणून गोष्टरूपात सांगितली आहे. गोपनीयता राखण्यासाठी घटनेतील पात्राचं नाव बदलण्यात आलं आहे.

स्वसंवाद

प्रिय वाचकहो,

संपूर्ण पुस्तक वाचल्यानंतर आता आपण याची उजळणी करू. म्हणजेच, 'मी जे काही वाचलंय, समजून घेतलंय, त्याचा उपयोग मी माझ्या आयुष्यात कुठे कुठे करू शकतो,' याविषयी सेल्फ कम्युनिकेशन म्हणजे स्वतःशीच संवाद साधायचा आहे. यासाठी खाली दिलेली प्रश्नावली नक्कीच तुम्हाला साहाय्यभूत ठरू शकेल.

१. गैरसमज निर्माण करणारे कोणते किरण मी माझ्या जीवनात अनुभवले आहेत आणि त्यांतून बाहेर पडण्यासाठी मी कसं मनन करेन?

२. मी माझी श्रवणशक्ती वाढवण्यासाठी कोणती पावलं उचलेन?

३. आजपासून मी माझ्या शब्दांचा सदुपयोग कशा प्रकारे करेन?

४. कोणकोणत्या प्रसंगी मला श्वासकृत भाषेचा प्रयोग करता येईल?

५. इतरांची निंदा करण्यापूर्वी मी स्वतःला कशाचं स्मरण देणार आहे?

६. कोणकोणत्या ठिकाणी मी 'क्रिटिसाइज'च्या जागी 'क्रिटिगाइड' करणार आहे?

७. 'माझं आणि तुझं' या विचारधारेचा उपयोग मी कोणकोणत्या ठिकाणी करणार आहे?

८. कोणकोणत्या ठिकाणी मला प्रशंसात्मक वाक्यांचा उपयोग करण्याची अधिक आवश्यकता आहे?

९. माझ्या कोणत्या वाक्यांनी लोकांच्या आत्मप्रतिमेला, स्वप्रतिमेला हानी पोहोचते? यापुढे मी ही वाक्यं बदलून कोणत्या नवीन वाक्यांचा उपयोग करणार आहे?

१०. माझ्या कुटुंबाचा संवादमंच कसा आहे? त्यात सुधारणा घडवण्यासाठी मी कोणती पावलं उचलणार आहे?

११. माझ्या कोणत्या नात्यांमध्ये अदृश्य भिंत निर्माण झाली आहे? ती दूर करण्यासाठी मी काय करणार आहे?

१२. संभाषणात सुरक्षितता राखण्यासाठी मी कोणत्या वाक्यांचा उपयोग करणार आहे?

१३. आत्मीयतेची भावना निर्माण करण्यासाठी मी कोणत्या तंत्राचा उपयोग करणार आहे?

१४. योग्य प्रश्न विचारण्याच्या तंत्राचा मी कुठे आणि कसा उपयोग करणार आहे?

१५. 'आदरयुक्त सरळ संवाद' हे तंत्र मला कुठे उपयोगी पडू शकतं?

१६. 'मुद्द्यावर ठाम' राहण्याच्या तंत्राचा उपयोग मी कुठे आणि कसा करेन?

१७. जिथे मी 'नाही' म्हणायला घाबरतो, तिथे कोणत्या पद्धतीने 'नाही' म्हणायचं?

१८. कठीण संभाषणाच्या वेळी मी या पुस्तकातील कोणकोणती तंत्रं लक्षात ठेवेन?

१९. न सांगितलेली बाब सांगण्याच्या तंत्राचा मी कसा उपयोग करणार आहे?

□ □ □

हे पुस्तक वाचल्यानंतर आपला अभिप्राय कृपया या पत्त्यावर अवश्य पाठवा.
Tej Gyan Global Foundation,
Pimpri Colony Post Office, P.O.Box 25, Pune-411017. Maharashtra (India).

ईश्वराशी संभाषण
परिशिष्ट

मनुष्याचं पहिलं नातं तयार होतं ते ईश्वराशी! सकाळी उठताच मनुष्य ईश्वरासमोर नतमस्तक होतो, त्याला फूल अर्पण करतो, प्रार्थना करतो. अगदी पुरातनकाळापासून हे पाहिलं गेलं आहे. परंतु पूर्वीच्या तुलनेत आज मोबाइल, इंटरनेट, फेसबुक, ट्विटर, व्हॉट्सअॅप इत्यादींमुळे ईश्वरासाठी त्याला वेळ असतो कुठे! त्यामुळे तो ईश्वरापासून (स्वपासून) दूर जाऊ लागला आहे. दुसऱ्या बाजूने विचार केला, तर त्याच्या जीवनात ताणतणाव, त्रास, अशांती या गोष्टी दिवसेंदिवस वाढतच चालल्या आहेत.

मात्र हा दुरावा, तणाव कमी करण्याचा एक उपाय आहे. मनुष्याने पुन्हा ईश्वराशी ताळमेळ वाढवायला हवा, त्याने दररोज ईश्वराशी संवाद साधायला हवा.

दोन लोक जेव्हा आपापसांत सतत संभाषण करतात, तेव्हा त्यांच्यातील मैत्रीची वीण अधिक घट्ट होत. त्याचप्रमाणे मनुष्य जेव्हा ईश्वराशी दररोज संवाद साधेल, तेव्हा त्यांच्यामध्येदेखील ताळमेळ होईल. मनुष्य जेव्हा ईश्वराचा धावा करेल, प्रार्थनेच्या मध्यमातून त्याच्याशी दिलखुलासपणे बोलेल, तेव्हा ईश्वर त्याच्या समीपच आहे, हे त्याला जाणवेल.

वास्तविक ईश्वराचीदेखील मनुष्याला मदत करण्याची इच्छा असते. परंतु त्यासाठी लोकांनी प्रार्थना करावी, त्याच्याशी संवाद साधावा, असं ईश्वराला वाटत असतं. ज्याप्रमाणे वडील आपल्या मुलांनी मागितलेली प्रत्येक वस्तू त्यांना आणून देतात, त्याचप्रमाणे परमपिता ईश्वरदेखील त्याच्या भक्तांची प्रत्येक इच्छा पूर्ण करतो. केवळ मनुष्याला मागण्याची पद्धत शिकावी लागेल.

प्रार्थना ही मनोवांछित गोष्टी प्राप्त करण्याची, ईश्वराशी संवाद साधण्याची आदर्श पद्धत आहे. यासोबतच तुमची ध्यानधारणा करण्याची सवय ईश्वराला तुमच्या समीप आणते.

वास्तविक पाहता प्रार्थनेत तुम्ही ईश्वराशी संवाद साधता आणि ध्यानात ईश्वर तुमच्याशी बोलतो. अशा प्रकारे प्रार्थना आणि ध्यान या दोन्ही क्रिया तुम्हाला ईश्वराशी जोडून ठेवतात, ताळमेळ कायम राखतात.

या भागात ईश्वराशी संभाषण कसं करावं– हे जाणून घेऊया.

जगात पहिल्यांदा ज्या मनुष्याने पतंग उडवला असेल, त्याच्या मनात एकच विचार असेल, 'ईश्वराशी संवाद (Communication with God) घडावा.' ज्याने पतंग उडवला, तो मनुष्य अतिशय सर्जनशील असेल. तसं तर ईश्वराशी संभाषण अंतरंगातून होत असतं, परंतु बाह्यक्रिया निश्चितच त्यासाठी साहाय्यक ठरतात.

सर्व लोक सहजतया मनापासून ईश्वराशी संवाद साधू शकत नाहीत, त्यांचं मन इकडे-तिकडे सैरभैर धावत राहतं, म्हणून काही कर्मकांडं बनवली गेली. जसं, दीप प्रज्वलित करणं... विशेष रंगांची वस्त्र परिधान करणं... स्नान करून वज्रासन, पद्मासन अशा विशेष आसनांमध्ये अथवा मुद्रांमध्ये हात जोडून, हात उंचावून प्रार्थना करणं इत्यादी. मनुष्याचं मन ईश्वराशी संवाद साधण्यासाठी एकाग्र व्हावं, यासाठीच या सर्व गोष्टी केल्या जातात. कारण ईश्वराचा आवाज अत्यंत सूक्ष्म आहे, तो पटकन ऐकू येत नाही आणि मनुष्य ईश्वराचा आवाज ओळखू शकत नाही. एकाग्रचित्त होऊनच तो ईश्वराशी संवाद साधू शकतो, त्यामुळेच प्रार्थना करण्याच्या कितीतरी पद्धतींची आणि शब्दांची निर्मिती झाली आहे.

प्रार्थनेत शब्द आणि पद्धत कोणतीही असो, त्यात मनुष्याचे भाव आणि विश्वास याला महत्त्व आहे. कित्येक वेळा त्याच्या मनात ठाण मांडून बसलेले नकारात्मक विचार आणि अविश्वास या गोष्टी प्रार्थनेमध्ये अडथळा बनतात. त्यामुळे त्याची प्रार्थना फलित होत नाही. अशा प्रसंगी मनुष्याने आपल्या प्रार्थनेवर आणि ईश्वराशी घडणाऱ्या संवादावर विश्वास ठेवला, तर ईश्वर त्याची प्रार्थना पूर्ण करण्यात कोणतीही कसर ठेवत नाही. कारण ईश्वर, मनुष्याच्या संवादाचा अर्थ समजण्यात कोणतीही चूक करत नाही. यासाठी शुद्ध मनाने प्रार्थना करून विश्वास ठेवा, की 'मी ईश्वराला सर्वकाही सांगितलं आहे, माझं म्हणणं त्याच्यापर्यंत पोहोचवलेलं आहे. आता जे काही व्हायचं असेल, ते त्याच्या इच्छेनुसारच होईल.' असा विचार करून निश्चिंत जगायला हवं, त्याच्यावर अविश्वास दाखवून मनात शंका आणू नये.

अन्यथा ईश्वराने मनुष्याची एखादी बाब मान्य केली नाही, एखादी प्रार्थना पूर्ण केली नाही किंवा जीवनात एखादी नकारात्मक घटना घडली, तर मनुष्य ईश्वरावर विश्वास ठेवणं बंद करतो. वास्तविक अशा वेळी त्याने भूतकाळात त्याच्याकडून नकळतपणे, किंवा बेहोशीमध्ये अशी काही चुकीची प्रार्थना झाली असेल, परिणामी त्याला आज अप्रिय घटनांना सामोरं जावं लागत आहे, असा विचार करायला हवा. अशा प्रकारे मनन केल्याने त्याची सजगता वाढेल आणि तो सजगतेसह नवीन प्रार्थना करू शकेल.

विश्वास ठेवा, आजच्या प्रार्थनेवरच मनुष्याचं भविष्य अवलंबून आहे. 'निश्चितपणे त्याला काय हवंय' याविषयी तो जर आज निसर्गाला स्पष्ट संकेत देत नसेल, तर निसर्ग त्याला भूतकाळातील प्रार्थनेनुसारच फळ देईल. मनुष्याकडून नवीन काही मागणी आली नाही तर निसर्ग वाट पाहत नाही, तो जुन्या प्रार्थनेनुसारच फळ देत राहतो. भावी जीवनात प्रार्थनेचा सकारात्मक परिणाम दिसून यावा, यासाठी आजच्या प्रार्थनेत सुधारणा होणं आवश्यक आहे.

'आता मी दुःख, त्रास, तणाव, चिंता, भीती, अशांती यातून बाहेर येऊ इच्छितो,' असं जेव्हा मनुष्य निसर्गाला स्पष्टपणे सांगेल आणि ईश्वरावर विश्वास ठेवून तो खुश राहू लागेल, तेव्हाच त्या प्रार्थनांचा परिणाम दिसायला सुरुवात होईल. परंतु दरम्यानच्या काळात मनुष्य जेव्हा एकटा बसलेला असतो, तेव्हा तो भूतकाळातील गोष्टी आठवून दुःखी होत राहतो, 'तो माझ्याशी असं वागला... तो माझ्याशी नीट वागला नाही... म्हणून कोणावरही विश्वास ठेवता कामा नये...' वास्तविक असं करून तो स्वतःच्याच प्रार्थनेत अडथळा आणत असतो. कारण तो जेव्हा नकारात्मक घटना आठवून दुःखी होतो, तेव्हा तो पितळ बनून तशाच घटनांसाठी ग्रहणशील बनतो. याउलट तो जेव्हा ईश्वरावर विश्वास ठेवून आनंदात राहतो, तेव्हा चुंबक बनतो आणि आपल्या नवीन प्रार्थनांसाठी ग्रहणशील बनतो.

यासाठी प्रार्थना केल्यानंतर तुमचे भाव आणि विश्वास सकारात्मक ठेवा. तुम्ही जेव्हा विश्वासाच्या भावनेने भारून जाल, तेव्हा तुमचा स्वसंवाद असा होईल, 'ईश्वराने प्रत्येक गोष्ट भरपूर बनवली आहे... वेळ, पैसा, आरोग्य, आनंद, जीवन भरपूर आहे... कारण आपण जे देतो त्याने विकास होतो. आपण जे घेतो त्याने केवळ उदरनिर्वाह होतो.'

प्रार्थना आणि ध्यान यांच्यात ताळमेळ

प्रार्थना करण्याबरोबरच प्रत्येक दिवशी काही क्षण ध्यानावस्थेत बसणंदेखील

आवश्यक आहे. तुम्ही जेव्हा ध्यानावस्थेत बसता, तेव्हा हळूहळू तुमचे विचार शांत होऊ लागतात आणि काही वेळानंतर तुम्ही विचारशून्य अवस्थेत पोहोचता. ही ईश्वरीय अवस्था आहे. अर्थात, आपल्या अस्तित्वाचा अनुभव... स्वानुभव... 'हूँ'ची अवस्था... तुम्ही जेव्हा या अवस्थेत असता, तेव्हा ईश्वरासोबत एकरूप, एकाकार होऊन जाता. यालाच एकम् किंवा अद्वैत अवस्थादेखील म्हटलं गेलं आहे. या अवस्थेत पोहोचल्यानंतर तुम्हाला तुमच्या अंतरंगातूनच ईश्वराद्वारे मार्गदर्शन लाभतं. कारण ते मार्गदर्शन घेण्यासाठी आणि समजण्यासाठी त्यावेळी तुम्ही पूर्णपणे तयार असता.

कित्येकदा तुम्हाला एखादा निर्णय घ्यायचा असतो, तेव्हा तुमच्यासमोर काही पर्याय असतात; परंतु 'कोणता पर्याय माझ्यासाठी योग्य आहे,' याची निवड तुम्ही त्यावेळी करू शकत नाही. अशा स्थितीत तुम्ही जर काही वेळ स्वानुभवात राहून त्यानंतर निर्णय घेतला, तर ती तुमची उच्च निवड ठरू शकते. कारण तो निर्णय तुमच्या उच्चावस्थेतून घेतला गेलेला असतो, त्यावर मनाच्या कोणत्याही इच्छेचा किंवा विकाराचा परिणाम नसतो. अन्यथा बऱ्याच वेळा मन मायेच्या प्रभावाचीच निवड करतं आणि ही निवड तुमच्यासाठी उच्च दर्जाची नसते.

निरंतर ध्यान करण्याची सवय झाल्यानंतर तुम्ही उघड्या डोळ्यांनीदेखील सहजपणे स्वानुभवावर जाऊ शकता. मग दिवसभर काम करत असतानादेखील तुम्ही अधूनमधून आपल्या अस्तित्वाच्या जाणिवेवर, म्हणजे मौनात जाऊ शकता. अशा प्रकारे तुमचे सर्व निर्णय आंतरिक मार्गदर्शनाद्वारे स्वानुभवातून घेतले जातील, जे तुमच्या विकासात परिणामकारक सिद्ध होतील.

यासोबतच तुम्ही जेव्हा ध्यानाद्वारे निर्विचार अवस्थेत पोहोचता, तेव्हा ज्या ज्या प्रार्थना केल्या आहेत, त्या सर्व गोष्टी तुमच्याकडे यायला सुरुवात होते. अन्यथा ध्यानाविना मन सतत बडबड करत राहतं, दुःखी होऊन शंका घेऊ लागतं, 'माहीत नाही, प्रार्थना पूर्ण होईल की नाही.' अशा प्रकारे ती वस्तू येण्यास तो अडथळे निर्माण करतो. ध्यानात जेव्हा काही वेळ मन शांत होतं, तेव्हा या गोष्टी तुमच्याकडे येऊ लागतात. अशा प्रकारे प्रार्थनेत तुम्ही ईश्वराकडे काही मागता आणि ध्यानात त्या गोष्टी प्राप्त करण्यासाठी ईश्वराला मदत करता. हीच आहे ईश्वराशी संवाद साधण्याची सर्वांत सरळ आणि प्रभावशाली पद्धत!

एक अल्प परिचय
सरश्री

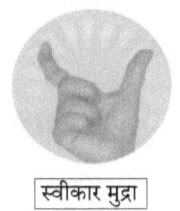

स्वीकार मुद्रा

सरश्रींचा आध्यात्मिक शोधाचा प्रवास त्यांच्या बालपणापासूनच सुरू झाला होता. हा शोध सुरू असतानाच त्यांनी अनेक प्रकारच्या पुस्तकांचं अध्ययन केलं. त्याचबरोबर या शोधकाळात त्यांनी अनेक ध्यानपद्धतींचा अभ्यासही केला. त्यांच्यातील या जिज्ञासेने त्यांना अनेक वैचारिक आणि शैक्षणिक संस्थांमध्ये जाण्यासाठी प्रेरित केलं. जीवनाचं रहस्य समजण्यासाठी त्यांनी **प्रदीर्घ काळ मनन करून आपलं शोधकार्य सातत्याने सुरू ठेवलं. या शोधातूनच त्यांना 'आत्मबोध' प्राप्त झाला.** आत्मसाक्षात्कारानंतर त्यांना जाणवलं, की **अध्यात्माचा प्रत्येक मार्ग ज्या शृंखलेने जोडलेला आहे, तो म्हणजे 'समज'** (Understanding). आत्मबोधप्राप्तीनंतर त्यांनी अध्यापनाचं कार्य थांबवलं आणि जवळ जवळ दोन दशकांहूनही अधिक काळ आपलं समस्त जीवन मानवजातीच्या कल्याणासाठी आणि आध्यात्मिक विकासासाठी अर्पण केलं.

सरश्री म्हणतात, ''सत्यप्राप्तीच्या सर्व मार्गांचा प्रारंभ जरी वेगवेगळ्या मार्गांनी होत असला, तरी सर्वांचा अंत मात्र एकच समज प्राप्त केल्याने होतो. ही **'समज'च सर्व काही असून ती स्वत:मध्ये परिपूर्ण आहे.** आध्यात्मिक ज्ञानप्राप्तीसाठी या 'समजे'चं श्रवणच पुरेसं आहे.'' ही समज प्रकाशमान करण्यासाठी आजपर्यंत त्यांनी **आध्यात्मिक विषयांवर तीन हजारांहून अधिक प्रवचनं दिली आहेत.** या प्रवचनांद्वारे ते अध्यात्मातील अतिशय गहन संकल्पना सहज, सुलभ आणि व्यावहारिक भाषेत समजावून सांगतात. समाजातील प्रत्येक स्तरावरील मनुष्य सरश्रींद्वारे सांगितल्या जाणाऱ्या या समजेचा लाभ घेऊ शकतो.

ही समज प्रत्येकाला आपल्या अनुभवातून प्राप्त व्हावी, यासाठी सरश्रींनी **'महाआसमानी परमज्ञान शिबिर'** आणि त्यासाठी आवश्यक असणारी कार्यप्रणाली (सिस्टिम) तयार केली. **तिचा लाभ आज लाखो लोक घेत आहेत.** या प्रणालीला आय.एस.ओ. (ISO 9001:2015) प्रमाणपत्रही लाभलंय. या प्रणालीमुळेच अनेकांना सत्यमार्गावर वाटचाल करण्याची प्रेरणा मिळाली आहे. या समजेचा प्रचार

आणि प्रसार करण्यासाठी त्यांनी 'तेजज्ञान फाउंडेशन' या आध्यात्मिक संस्थेचा पाया रचला. 'हॅपी थॉट्सद्वारे उच्चतम विकसित समाजाची निर्मिती करणे,' हेच या संस्थेचं मुख्य उद्दिष्ट आहे.

विश्वातील प्रत्येक मनुष्य आज सरश्रींच्या मार्गदर्शनाचा लाभ घेऊ शकतो. त्यासाठी कोणत्याही धर्म, जात, उपजात, वर्ण, पंथ वा लिंग यांचं बंधन नसतं. विश्वाच्या प्रत्येक कानाकोपऱ्यांतील लोक आज 'तेजज्ञान'च्या अनोख्या ज्ञानप्रणालीचा (System for Wisdom) लाभ घेत आहेत. याच व्यवस्थेचा आणखी एक महत्त्वपूर्ण भाग म्हणजे, **दररोज सकाळी आणि रात्री ९ वाजून ९ मिनिटांनी लाखो लोक विश्वशांतीसाठी प्रार्थना करत आहेत.**

बेस्ट सेलर पुस्तक 'विचार नियम' शृंखलेचे रचनाकार म्हणूनही सरश्रींना ओळखलं जातं. **केवळ पाच वर्षांच्या कालावधीत या पुस्तकाच्या १ कोटीपेक्षा अधिक प्रती वितरित** झाल्या आहेत. याशिवाय आजवर त्यांनी विविध विषयांवर **१०० हून अधिक पुस्तकं लिहिली** आहेत. त्यांपैकी 'विचार नियम', 'स्वसंवाद एक जादू', 'शोध स्वतःचा', 'स्वीकाराची जादू', 'निःशब्द संवाद एक जादू', 'संपूर्ण ध्यान' इत्यादी पुस्तकं बेस्ट सेलर झाली आहेत. ही पुस्तकं दहापेक्षा अधिक भाषांमध्ये अनुवादित असून, पेंगुइन बुक्स, हे हाउस पब्लिशर्स, जैको बुक्स, मंजुळ पब्लिशिंग हाउस, प्रभात प्रकाशन, राजपाल अँड सन्स, पेंटागॉन प्रेस आणि सकाळ प्रकाशन इत्यादी प्रमुख प्रकाशन संस्थांद्वारे ती प्रकाशित झाली आहेत.

तेजज्ञान फाउंडेशन परिचय

तेजज्ञान फाउंडेशन आत्मविकासातून आत्मसाक्षात्कार प्राप्त करण्याचा एक मार्ग आहे. यासाठी सरश्रींद्वारा एक अनोखी बोधप्रणाली (System for Wisdom) निर्माण झाली आहे. या प्रणालीला आंतरराष्ट्रीय प्रमाणपत्राद्वारे ISO 9001:2015च्या आवश्यकतेनुसार आणि निकष पडताळून सरळ, व्यावहारिक आणि प्रभावी बनवलं गेलं आहे.

या संस्थेच्या प्रबोधनपद्धतीच्या भिन्न पैलूंना (शिक्षण, निरीक्षण आणि गुणवत्ता) स्वतंत्र गुणवत्ता परीक्षकांद्वारे (Quality Auditors) क्रमबद्ध पद्धतीने पडताळलं गेलं. त्यानंतर या पैलूंना ISO 9001:2015 साठी पात्र समजून या बोधपद्धतीला हे प्रमाणपत्र प्रदान करण्यात आलं.

या फाउंडेशनचे लक्ष्य आहे नकारात्मक विचारांकडून सकारात्मक विचारांकडे वाटचाल. सकारात्मक विचारांकडून शुभ विचारांकडे म्हणजे हॅपी थॉट्सकडे प्रगती. शुभ विचारांकडून निर्विचार अवस्थेकडे मार्गक्रमण आणि निर्विचार अवस्थेच्या अंती आत्मसाक्षात्कार प्राप्ती. 'मी सर्व विचारांपासून मुक्त व्हावे' हा विचार म्हणजे शुभु विचार (हॅपी थॉट्स). 'मी प्रत्येक इच्छेपासून मुक्त व्हावे', अशी इच्छा म्हणजे शुभ इच्छा.

तेजज्ञान म्हणजे ज्ञान व अज्ञान या दोहोंच्या पलीकडचे ज्ञान. पुष्कळ लोक सामान्य ज्ञानाच्या (General Knowledge) माहितीलाच ज्ञान मानतात. परंतु अस्सल ज्ञान आणि नुसती माहिती यांत फार मोठे अंतर आहे. आजमितीला लोक सामान्य ज्ञानाच्या उत्तरांनाच जास्त महत्त्व देतात. अशा ज्ञानाचे विषय म्हणजे कर्म आणि भाग्य, योग आणि प्राणायाम, स्वर्ग आणि नरक इत्यादी. आजच्या युगात सामान्यज्ञान प्राप्त करणारे लोक, शिक्षक मोठ्या प्रमाणावर आहेत; परंतु हे ज्ञान ऐकून जीवनात परिवर्तन घडून येत नाही. असे ज्ञान म्हणजे केवळ बुद्धिविलास आहे किंवा अध्यात्माच्या नावावर चाललेला बुद्धिचा व्यायाम आहे.

सर्व समस्यांवरील उपाय आहे तेजज्ञान. क्रोध, चिंता आणि भय यांपासून मुक्त जीवन म्हणजे तेजज्ञान. शारीरिक, मानसिक, सामाजिक, आर्थिक आणि आध्यात्मिक प्रगतीचा, सर्वांगीण प्रगतीचा मार्ग आहे तेजज्ञान. तेजज्ञान आपल्या अंतरंगात आहे. येथे या आणि या गोष्टीचा अनुभव घ्या.

आपल्याला असे ज्ञान हवे आहे, की जे सामान्य ज्ञानापलीकडे आहे, जे प्रत्येक समस्येवरील उत्तर आहे, जे प्रत्येक समजुतीपासून, गृहीत धारणांपासून आपल्याला मुक्त

करते, ईश्वरी साक्षात्कार घडविते, अंतिम सत्यात स्थापित करते. आता वेळ आली आहे शाब्दिक, सामान्यज्ञानातून बाहेर येऊन तेजज्ञानाचा अनुभव घेण्याची!

आजवर जप-तप, तंत्र-मंत्र, कर्म-भाग्य, ध्यान-ज्ञान, योग-भक्ती असे अनेक मार्ग अध्यात्मात सांगितले आहेत. या सर्व मार्गांनी प्राप्त होणारी अंतिम समज, अंतिम ज्ञान, बोध एकच आहे. अंतिम सत्याच्या शोधकाला, साधकाला शेवटी जी एकच 'समज' प्राप्त होते, ती 'समज' श्रवणानेसुद्धा प्राप्त होऊ शकते. अशा समजप्राप्तीसाठी श्रवण करणे यालाच तेजज्ञान प्राप्त करणे म्हटले गेले आहे. तेजज्ञानाच्या श्रवणाने सत्याचा साक्षात्कार घडतो, ईश्वरीय अनुभव मिळतो. हेच तेजज्ञान सरश्री महाआसमानी शिबिरात प्रदान करतात.

महाआसमानी परमज्ञान शिबिर
परिचय आणि लाभ (निवासी)

तुम्हाला सर्वोच्च आनंद हवाय? असा आनंद, जो कोणत्याही बाह्य कारणावर अवलंबून नाही... जो प्रत्येक क्षणी वृद्धिंगत होतो. या जीवनात तुम्हाला प्रेम, विश्वास, शांती, समृद्धी आणि परमसंतुष्टी हवी आहे का? शारीरिक, मानसिक, सामाजिक, आर्थिक आणि आध्यात्मिक अशा आयुष्याच्या सर्व स्तरांवर यशस्वी होण्याची तुमची इच्छा आहे का? 'मी कोण आहे' हे तुम्हाला अनुभवाने जाणावंसं वाटतं का?

तुमच्या अंतर्यामी अशा सर्व प्रश्नांची उत्तरं जाणण्याची इच्छा आणि 'अंतिम सत्य' प्राप्त करण्याची तृष्णा असेल, तर तेजज्ञान फाउंडेशनतर्फे आयोजित 'महाआसमानी शिबिरा'त तुमचं स्वागत आहे. हे शिबिर सरश्रींच्या मार्गदर्शनावर आधारित आहे. सरश्री, आजच्या युगातील आध्यात्मिक गुरू असून, ते आजच्या लोकभाषेत अत्यंत सहजपणे आध्यात्मिक समज प्रदान करतात.

महाआसमानी परमज्ञान शिबिराचा उद्देश :

विश्वातील प्रत्येक मनुष्यानं 'मी कोण आहे', या प्रश्नाचं उत्तर जाणून तो सर्वोच्च आनंदाच्या अवस्थेत स्थापित व्हावा, हाच या शिबिराचा मुख्य उद्देश आहे. प्रत्येकाला असं ज्ञान प्राप्त व्हावं, जेणेकरून त्यानं प्रत्येक क्षणी वर्तमानात जगण्याची कला आत्मसात करावी. तो भूतकाळाचं ओझं आणि भविष्याची चिंता यांतून मुक्त व्हावा. प्रत्येकाच्या

आयुष्यात कधीही न संपणारा आनंद आणि योग्य समज यावी. शिवाय, प्रत्येकानं समस्या विलीन करण्याची कला आत्मसात करावी. थोडक्यात, मनुष्यजन्माचा उद्देश सफल व्हावा, हाच या शिबिराचा उद्देश आहे.

'मी कोण आहे? मी येथे का आहे? मोक्ष म्हणजे काय? या जन्मातच मोक्षप्राप्ती शक्य आहे का?' असे प्रश्न जर तुमच्या मनात असतील, तर त्यांवरील उत्तर आहे— 'महाआसमानी परमज्ञान शिबिर'.

महाआसमानी परमज्ञान शिबिराचे मुख्य लाभ :

वास्तविक या शिबिराचे लाभ तर असंख्य आहेत; पण त्यांपैकी मुख्य लाभ पुढीलप्रमाणे—

* जीवनात शक्तिशाली ध्येय निश्चित होतं
* 'मी कोण आहे' हे अनुभवाने जाणता येतं (सेल्फ रियलायजेशन)
* मनाचे सर्व विकार विलीन होतात.
* भय, चिंता, क्रोध, बोरडम, मोह, तणाव या नकारात्मक बाबींतून मुक्ती
* प्रेम, आनंद, मौन, समृद्धी, संतुष्टी, विश्वास अशा दिव्य गुणांशी युक्ती
* साधं, सरळ पण शक्तिशाली जीवन जगता येतं
* प्रत्येक समस्येचं निराकरण करण्याची कला प्राप्त होते
* 'प्रत्येक क्षणी वर्तमानात जगणं' हा तुमचा स्वभाव बनतो
* आपल्यातील सर्व सकारात्मक शक्यता खुलतात
* याच जीवनात मोक्षप्राप्ती होते

महाआसमानी परमज्ञान शिबिरात सहभागी कसं व्हाल?

या शिबिरात सहभागी होण्यासाठी तुम्हाला खालील बाबींची पूर्तता करायची आहे—

१. तुमचं वय कमीत कमी अठरा किंवा त्यापेक्षा अधिक असायला हवं.

२. सर्वप्रथम तुम्हाला 'सत्य-स्थापना' (फाउंडेशन ट्रुथ रिट्रीट) शिबिरात सहभागी व्हावं लागेल. या शिबिरात, तुम्ही प्रामुख्यानं दोन बाबी शिकाल— प्रत्येक क्षणी वर्तमानात जगण्याची कला कशी आत्मसात करावी आणि निर्विचार अवस्था कशी प्राप्त करावी.

३. प्राथमिक स्तरावर तुम्हाला काही प्रवचनं ऐकायची असून, त्यांतून तुम्ही मूलभूत

समज आत्मसात कराल आणि महाआसमानी शिबिरात प्रवेश करण्यासाठी तयार व्हाल.

हे शिबिर साधारणपणे एक-दोन महिन्यांच्या अंतराने आयोजित करण्यात येतं. यात हजारो सत्यशोधक सहभागी होतात. या शिबिराची तयारी दोन पद्धतींनी करू शकता. पहिली पद्धत- मनन आश्रम, पुणे येथे ५ दिवसीय शिबिरात भाग घेऊ शकता. दुसरी पद्धत- तेजज्ञान फाउंडेशनच्या जवळच्या सेंटरवर जाऊन सत्यश्रवणाद्वारेही करू शकता. महाराष्ट्रात अहमदनगर, सातारा, औरंगाबाद, नाशिक, नागपूर, वर्धा, अमरावती, चंद्रपूर, यवतमाळ, कोल्हापूर, सांगली, रत्नागिरी, लातूर, बीड, नांदेड, परभणी, पनवेल, मुंबई, ठाणे, सोलापूर, पंढरपूर, जळगाव, अकोला, बुलढाणा, धुळे, भुसावळ आणि महाराष्ट्राबाहेर सुरत, अहमदाबाद, बडोदा, नवी दिल्ली, बेंगलुरू, बेळगाव, धारवाड, रायपूर, भुवनेश्वर, कोलकाता, रांची, लखनौ, कानपूर, चंदीगढ, जयपूर, चेन्नई, पणजी, म्हापसा, भोपाळ, इंदोर, इटारसी, हर्दा, विदिशा, बुऱ्हाणपूर या ठिकाणी महाआसमानी शिबिराची पूर्वतयारी करू शकता.

तेजज्ञान फाउंडेशनमध्ये उपलब्ध असणाऱ्या सरश्रीलिखित पुस्तकांचं वाचन करून तुम्ही या शिबिराची पूर्वतयारी करू शकता. याशिवाय, तुम्ही रेडिओ किंवा यू ट्युबवरील सरश्रींच्या प्रवचनांचा लाभही घेऊ शकता. पण लक्षात घ्या, पुस्तकांतील ज्ञान, रेडिओ आणि यू ट्युबवरील प्रवचनं म्हणजे 'तेजज्ञानाची तोंडओळख' आहे; 'संपूर्ण तेजज्ञान' मुळीच नाही. तुम्ही महाआसमानी शिबिरात सहभागी होऊनच तेजज्ञानाचा आनंद घेऊ शकता. तेव्हा आगामी महाआसमानी शिबिरात सहभागी होण्यासाठी आजच संपर्क करा- 09921008060/75, 9011013208

महाआसमानी परमज्ञान शिबिरस्थान :

हे शिबिर पुण्यातील मनन आश्रम येथे आयोजित केलं जातं. येथे तुमच्या निवासाची आणि भोजनाची व्यवस्था केली जाते. तुम्हाला काही शारीरिक व्याधी असतील आणि त्यासाठी जर तुम्ही नियमितपणे औषधं घेत असाल, तर शिबिरात येताना ती सोबत बाळगावीत. शिवाय, वातावरणानुसार गरम कपडे, स्वेटर, ब्लँकेटही आणावं.

पुणे शहरापासून १७ किलोमीटर अंतरावर अत्यंत निसर्गरम्य परिसरात मनन आश्रम वसलेला आहे. आश्रमात महिला आणि पुरुष यांच्या निवासाची स्वतंत्र व्यवस्था असून येथे जवळपास ८०० लोकांच्या राहण्याची व्यवस्था आहे. आपण हवाईमार्ग, हायवे किंवा रेल्वे अशा कोणत्याही मार्गाने पुण्यात येऊ शकता.

मनन आश्रम : मनन आश्रम, पुणे, सर्व्हे नं. ४३, सणस नगर, नांदोशी गाव, किरकटवाडी फाटा, तालुका- हवेली, जिल्हा- पुणे- ४११०२४. फोन- 09921008060

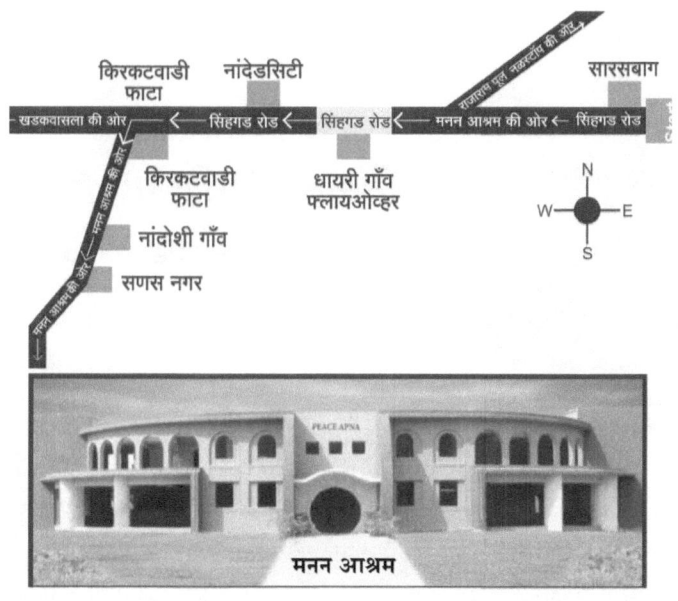

N
W
E

आता एका क्लिकवर शिबिराची नोंदणी!

आता तुम्ही पुढील शिबिरांसाठी **ऑनलाइन** नोंदणी करू शकता.

महाआसमानी परमज्ञान शिबिर परिचय आणि लाभ (५ दिवसीय निवासी शिबिर)

मॅजिक ऑफ अवेकनिंग (केवळ इंग्रजी भाषिकांसाठी ३ दिवसीय महाआसमानी शिबिर)

आध्यात्मिक नींव स्थापना (किशोरवयीन मुलांसाठी मिनी महाआसमानी निवासी शिबिर)

www.tejgyan.org

'सरश्री'द्वारे रचित इतर पुस्तकं

कसा कराल स्वतःचा
विकास आणि प्रशिक्षण
आत्मविकासाची सात पावलं

Also available in Hindi

'निसर्गनियम जाणणारे लोक कधीही आत्मप्रशिक्षण घ्यायला घाबरत नाहीत. ते कधीही छोटं ध्येय बाळगत नाहीत.' या वाक्यातील वास्तव सिद्ध करणं हेच प्रस्तुत पुस्तकाचं ध्येय आहे. खरंतर जीवनात महान ध्येय प्राप्त करण्यासाठी प्रत्येकालाच संपूर्ण प्रशिक्षणाची आवश्यकता असते.

प्रस्तुत पुस्तकातील प्रत्येक प्रशिक्षण म्हणजे आपल्यासाठी एक मैलाचा दगडच.

पुढील काही प्रशिक्षणांवर दृष्टिक्षेप टाकू या-

* आउट ऑफ बॉक्स, विचार करण्याचं प्रशिक्षण
* नवीन कला कमीत कमी वेळेत शिकण्याचं प्रशिक्षण
* संघामध्ये आत्मविकासाचं प्रशिक्षण
* विचारशक्ती वृद्धिंगत करण्याचं प्रशिक्षण
* जे प्राप्त केलंय, त्याची योग्य जोपासना करण्याचं प्रशिक्षण
* मोजक्या शब्दात आणि कमी वेळेत लोकांपर्यंत माहिती पोहोचवण्याचं प्रशिक्षण

अंतर्मनाच्या शक्तीपलीकडील आत्मबळ

Also available in Hindi

अंतर्मनाच्या शक्तीमागे कोणते आत्मबळ कार्यरत असते, याचा उलगडा प्रस्तुत पुस्तकात करण्यात आला आहे. या पुस्तकामुळे तुम्हाला आरोग्य, ज्ञान, शांती, कला, कौशल्य आणि समृद्धी प्राप्त करण्याचे रहस्य तर उमगेलच; पण त्याहीपलीकडे गवसेल, आत्मबळाचे वरदान!

याशिवाय प्रस्तुत पुस्तकात समाविष्ट आहे :

*अंतर्मनाला कसे आणि का प्रशिक्षित करावे?

*अंतर्मनापलीकडे असुणाऱ्या, आत्मबळ प्रदान करतील अशा पाच शक्ती

*आत्मबळाच्या आधारे अशक्यप्राय ध्येय पूर्ण कसे करावे?

*भावना कशा हाताळाव्यात?

*ऊर्जा एकाग्रित कशी करावी?

*स्वयंशिस्त, धैर्य आणि सहनशीलता आत्मसात कशी करावी?

थोडक्यात, या पुस्तकात सामावले आहे अंतर्मनाच्या शक्तीने सामर्थ्यशाली बनण्याचे रहस्य. तेव्हा समृद्ध जीवनाचा शुभारंभ करा... आज... आता... या क्षणी!

स्वसंवाद एक जादू
आपला रिमोट कंट्रोल कसा प्राप्त करावा

Also available in Hindi

कोणी आपली प्रशंसा केली आणि म्हटले, 'तुम्ही होता म्हणून काम झाले नाहीतर हे काम होणे शक्यच नव्हते.' अशा प्रकारे आपली स्तुती झाली तर काय होईल? अशा वेळी अनेकांना रात्रभर झोप येत नाही. त्यांना ते प्रशंसनीय बोल वारंवार आठवतात. 'कशी माझी प्रशंसा झाली..., कसे सर्वजण मला चांगले म्हटले...' हा मनातील स्वसंवाद थांबतच नाही.

एखाद्याने जर आपली चूक दाखविली तर ते आपल्याला त्रासदायक ठरते. कोणी आपली निंदा केली तर आपल्याला वाईट वाटते. आपण स्वत:च आपला रिमोट इतरांच्या हाती देवून त्यांच्याकडून ही अपेक्षा बाळगतो, की 'त्यांनी रागाचे नव्हे तर प्रशंसेचे बटण दाबावे.'

पण झाले काय पाहिजे? झाले असे पाहिजे की, 'सभोवतालचे वातावरण, घटना वा इतर कोणीही माझ्यावर नियंत्रण करू नये. माझा रिमोट कंट्रोल प्रत्येक क्षणी माझ्याच हाती कसा असावा...' हेच या पुस्तकाचे मुख्य उद्दिष्ट आहे, मुख्य लक्ष्य आहे.

समग्र
लोक व्यवहार
मैत्री आणि नातं निभावण्याची कला

Also available in Hindi

मनुष्य आपला व्यवहार स्वतः निवडू शकत नाही, हे आश्चर्यच नव्हे का? त्याचं वागणं सदैव इतरांवर अवलंबून असतं. जसं, 'तो माझ्याशी चुकीचा वागला म्हणून मीदेखील त्याला अपशब्द वापरले... त्याने माझा अपमान केला म्हणून माझा राग अनावर झाला...' अशा गोष्टी आपण नेहमीच ऐकतो, बोलतो. याचाच अर्थ, समोरचा मनुष्य आपल्याकडून त्याला हवा तसा व्यवहार करून घेऊ शकतो. म्हणजेच खरंतर आपण बंधनात आहोत. परंतु या बंधनातून मुक्त होण्यासाठीच आपल्याला लोकव्यवहाराची कला आत्मसात करायला हवी. प्रस्तुत पुस्तकात आपण शिकाल–

* व्यवहार निवडीचं स्वातंत्र्य आणि त्यावर मार्गक्रमण करण्याचं रहस्य * सर्वोच्च व्यवहार कधी आणि कसा करावा * मधुर नातेसंबंधासाठी लोकव्यवहाराची योग्य पद्धत * मैत्री जपण्याची कला * चार प्रकारचं व्यवहार ज्ञान *योग्य वेळी योग्य व्यवहार कसा करावा * समग्र व्यवहार शिकण्याची पद्धत * दुःख आणि वेदना यांमध्ये योग्य प्रतिसाद कसा द्यावा

प्रस्तुत पुस्तक म्हणजे समग्र जीवनाची गुरुकिल्लीच! हे आपल्याला मैत्री, मधुर नातेसंबंध आणि समग्र लोकव्यवहाराच्या कौशल्यरूपी खजिन्याचं कुलूप शिताफीनं उघडायला शिकवेल..

✶ तेजज्ञान इंटरनेट रेडिओ ✶

तेजज्ञान इंटरनेट रेडिओद्वारे २४ तास ३६५ दिवस, सरश्रींच्या प्रवचन आणि भजनांचा लाभ घ्या. त्यासाठी पाहा लिंक -
http://www.tejgyan.org/internetradio.aspx

विविध भारती F.M. वर दर रविवारी
सकाळी १०:०५ ते १०:१५ वा.

नोट : या कार्यक्रमांच्या वेळेत बदल झाल्यास नोंद ठेवावी.

www.youtube.com/tejgyan च्या साहाय्यानेदेखील सरश्रींच्या प्रवचनांचा लाभ घेऊ शकता.
For online shoping visit us - www.tejgyan.org, www.gethappythoughts.org

---

आपणास हवी असलेली पुस्तकं घरपोच मिळण्यासाठी मनीऑर्डर पाठवा. ही पुस्तकं आमच्या खर्चाने रजिस्टर्ड पोस्ट, कुरिअर आणि व्ही.पी.पी.द्वारे पाठवली जातील. त्यासाठी खालील पत्त्यावर संपर्क साधावा.

वॉव पब्लिशिंग्ज् प्रा. लि.

*रजिस्टर्ड ऑफिस : E-4, वैभव नगर, तपोवनमंदिराजवळ, पिंपरी, पुणे -४११०१७

* पोस्ट बॉक्स नं. ३६, पिंपरी कॉलनी, पोस्ट ऑफिस, पिंपरी-पुणे - ४११०१७

फोन नं. : 09011013210 / 9146285129

आपण पुस्तकांची ऑर्डर ऑनलाईनही देऊ शकता.

लॉग इन करा - www.gethappythoughts.org

५०० रुपयांहून अधिक किमतीची पुस्तकं मागवल्यास १०% सूट मिळेल आणि डिलिव्हरी फ्री.

e-magazines
'Yogya Aarogya' & 'Drushtilakshya'
emagazines available on www.magzter.com

e-mail
mail@tejgyan.com

Website
www.tejgyan.org, www.gethappythoughts.org

- विश्वशांती प्रार्थना -

पृथ्वीवर शुभ्र प्रकाश (दिव्यशक्ती) येत आहे,
पृथ्वीतून सोनेरी प्रकाशाचा (चेतनेचा) उदय होत आहे.
विश्वातील सगळी नकारात्मकता दूर होत आहे.
सर्वजण प्रेम, आनंद आणि शांतीसाठी ग्रहणशील होत आहेत.
विश्वातील सर्व लीडर्स 'आउट ऑफ बॉक्स' विचार करत आहेत...
विश्वातील सर्व लीडर्स शांतिदूत बनत आहेत...
ईश्वराची इच्छा हीच विश्वातील सर्व लीडर्सची इच्छा बनत आहे! धन्यवाद

ही 'सामूदायिक अव्यक्तिगत प्रार्थना' तेजज्ञान फाउंडेशनचे सर्व सदस्य कित्येक वर्षांपासून सातत्याने करत आहेत. आनंदी लोकदेखील ही प्रार्थना करू शकतात. तसेच आजारी किंवा कोणत्याही समस्येमुळे त्रस्त असणारे लोकही ही प्रार्थना ग्रहण करून स्वास्थ्यलाभ घेऊ शकतात.

तुम्ही एखाद्या आजाराने वा समस्येने त्रस्त असाल, तर सकाळी अथवा रात्री ९ वाजून ९ मिनिटांनी ग्रहणशील होऊन शांत बसा. 'स्वास्थ्य आणि शांती यांचा शुभ्र प्रकाश प्रार्थना करणाऱ्या कित्येक लोकांद्वारे पृथ्वीवर येत आहे. त्याचप्रमाणे तो माझ्यावरही कार्य करत आहे. जेणेकरून मी स्वस्थ आणि शांत होत आहे.' असं मनात म्हणा. त्यानंतर काही वेळ याच भावावस्थेत राहून सर्वांना धन्यवाद द्या आणि मगच उठा.

तेजज्ञान फाउंडेशनच्या मुख्य शाखा

पुणे : (रजिस्टर्ड ऑफिस)
विक्रांत कॉम्प्लेक्स, तपोवन मंदिराजवळ, पिंपरी, पुणे : ४११ ०१७.
फोन : (०२०) २७४१२५७६, २७४११२४०

मनन आश्रम :
सर्व्हे नं. ४३, सणस नगर, नांदोशी गांव, किरकटवाडी फाटा,
तालुका : हवेली, जि. पुणे: ४११ ०२४. फोन : ०९९२१००८०६०

e-books
The Source • Celebrating Relationships
• The Miracle Mind • Everything is a Game of Beliefs
• Who am I now • Beyond Life • The Power of Present
• Freedom from Fear Worry Anger • Light of grace
• The Source of Health and many more.
Also available in Hindi at gethappythoughts.org

Free apps
U R Meditation & Tejgyan Internet Radio on all platforms like
Android, iPhone, iPad and Amazon

e-magazines
'Yogya Aarogya' & 'Drushtilakshya'
emagazines available on www.magzter.com

www.ingramcontent.com/pod-product-compliance
Lightning Source LLC
LaVergne TN
LVHW041841070526
838199LV00045BA/1378
9788194320067